இடைத்தேர்தல்

இடைத்தேர்தல்

நாகரத்தினம் கிருஷ்ணா

எழுத்து பிரசுரம்

Title: Idaitherthal
Author's Name: Nagarathinam Krishna

Published by Ezutthu Prachuram

Ezutthu Prachuram
(An imprint of Zero Degree Publishing)
No. 55(7), R Block, 6th Avenue,
Anna Nagar,
Chennai - 600 040

Website: www.zerodegreepublishing.com
E Mail id: zerodegreepublishing@gmail.com
Phone : 89250 61999

Ezutthu Prachuram First Edition: March 2023
ISBN: 978-93-95511-09-4
TITLE NO EP: 423

Cover Design & Layout: Vijayan, Creative Studio
Printed at Clictoprint, Chennai, India

இடைத்தேர்தல்

நாகரத்தினம் கிருஷ்ணா

எழுத்து
பிரசுரம்

Title: Idaitherthal
Author's Name: Nagarathinam Krishna

Published by Ezutthu Prachuram

Ezutthu Prachuram
(An imprint of Zero Degree Publishing)
No. 55(7), R Block, 6th Avenue,
Anna Nagar,
Chennai - 600 040

Website: www.zerodegreepublishing.com
E Mail id: zerodegreepublishing@gmail.com
Phone : 89250 61999

Ezutthu Prachuram First Edition: March 2023
ISBN: 978-93-95511-09-4
TITLE NO EP: 423

Cover Design & Layout: Vijayan, Creative Studio
Printed at Clictoprint, Chennai, India

முன்னுரை

வணக்கம் நண்பர்களே!

இது என்னுடைய 6-வது சிறுகதைத் தொகுப்பு.

கட்டுரைகள் என்னைச் சுற்றியுள்ள உலகுடன் ஊடவும் கூடவும் வெளிப்படையாக உதவும் உணர்வு மொழியெனில் புனைவு வெளிகள் சற்று உணர்ச்சியின் வெளிப்பாடாக எனது தாபத்தைத் தணிக்க உதவும் மொழி. நண்பர்களேயானாலும், மனதில் இருப்பதையெல்லாம் பகிர்ந்துகொள்ள நேரடி உரையாடல் உதவுவதில்லை, ஏதோ ஒன்று - இருதரப்பிற்கும் இடையில் நின்று, அக்கணத்திற்கு உகந்தவற்றை மட்டுமே பேசவும் கேட்கவும் அனுமதிக்கிறது. உரையாடலை மேலே நகர்த்த, ஆழமாக அல்லது விரிவாக விவாதிக்க இடமளிப்பதில்லை. இந்நிலையில் புனைகதை வடிவம் அந்த வெற்றிடத்தை இட்டு நிரப்புகிறது.

இது வணிக உலகம்: முதலாளித்துவத்தை வெறுத்தொதுக்கும் மனிதர்களுங்கூட அதன் யுக்திகளில் முதன்மையான விளம்பரத்தைக்கொண்டு மனிதச் சந்தையில் தங்களை விற்கமுனையும் காலம். இலக்கியமும் விளம்பரங்களின்

அடிப்படையிலே விலைபோகும் சூழல். முன்னுரையை விளம்பரமாக உபயோகித்து இலை போட்டு விருந்துண்ண அழைத்திருக்கிறேன். நான் அழைத்திருப்பது என்னை அறியாதவர்களை. நண்பர்களெனில் என்னைப் பாராட்டவே செய்வார்கள், ஒப்புறவுஅறிதல் போதிக்கும் உண்மை காரணமாக. நான் சமைத்துப் பரிமாறியிருப்பது உங்கள் சுவைக்கு உகந்ததாக இருக்குமெனில் சமைத்தவனை மனமார பாராட்டுங்கள். செட்டியார் மிடுக்கைவிட சரக்கின் மிடுக்கறிந்து நுகர்பவர்தான் ஒரு தேர்ந்த வாடிக்கையாளராக இருக்கமுடியும்.

வழக்கம்போல எனதெழுத்திற்குத் துணைநிற்கும் நண்பர்கள் பேராசிரியர் பஞ்சாங்கம், மொழிபெயர்ப்பாளர் வெ.சு.நாயகர் ஆகியோருக்கு நன்றிகள். இந்நூலைச் சிறப்புற பதிப்பித்துள்ள எழுத்து பிரசுரத்திற்கும் நன்றிகள்.

நாகரத்தினம் கிருஷ்ணா
nakrishnaive.fr

ஸ்ட்ராஸ்பூர்க்
06 மார்ச் 2023

பொருளடக்கம்

1. இடைத்தேர்தல்

தொரம்மா! தொரம்மா! என்று கதவருகே வாசலில் கேட்கும் குரல் கன்னியம்மாவுடையது. இரவு அவன் இச்சைக்கு ஈடுகொடுத்ததில், விடிந்தது கூட தெரியாமல் உறங்கிக் கிடந்தவள் திடீரென்று கண்விழித்தாள், விழித்த வேகத்தில் கையைப் பக்கத்தில் துழாவினாள். அவனில்லை, நம்பிக்கையின்றி இரண்டாவது முறையாகத் துழாவினாள். அவன் விட்டுச்சென்ற வெப்பம் மட்டுமே விரித்திருந்த பாயில் மிச்சமிருந்தது. சுவரோரமிருந்த தகரப்பெட்டி திறந்திருந்தது. தலையை நிமிர்த்தி புகைப்படத்தில் சிரித்துக்கொண்டிருந்த சீவராசுவைப் பார்த்தாள். துக்கம் தொண்டையில் அடைத்து, நீர்க் கழிவாகக் கண்களை நிரப்பியது.

★ ★ ★

தொகுதியில் இடைத்தேர்தலை அறிவித்திருந்தார்கள். தேர்தலென்று அறிவித்த மறுகணம் அவள் வாசலில் மட்டுமல்ல, அப்பகுதியைச் சேர்ந்த பிற வாசல்களிலும் வழக்கம்போல சந்தோஷம். ஊருல திருவிழாவுக்குக் கொடிகட்டினா சவலைப் பிள்ளைக்குப் பாலுட்டின கதையா ஒரு துடிப்பு வந்திடும். 'தாலி கட்டிக்கிட்டு புருஷன் வீட்டுக்குப் போன பெண்களெல்லாங்கூட தங்கள் தங்கள் பிள்ளை குட்டிகளை இழுத்துக்கொண்டு பிறந்தவீட்டுக்கு வருவார்கள், அதுபோலத்தான் தங்கள் பகுதியும் மாறியிருப்பதாக நினைத்தாள். சாட்சிக்கு வேறெங்கும்

போகவேண்டிய அவசியமில்லை. அவள் வீட்டு வாசலே போதும். ஒவ்வொரு ஒண்டுக் குடித்தனத்திலும் நான்கைந்து பேர் கூடுதலாக இருந்தனர். கக்கூஸுக்கும், குளிக்கவும் வாளியை வைத்துக்கொண்டு காத்திருக்க வேண்டியிருந்தது. இத்தனை ஆர்ப்பாட்டத்துக்கிடையிலும், அவனைப் பற்றிய நினைப்பும் குறுக்கிடுகிறது. போனமுறைபோல இம்முறையும் அவன் தன்னைத் தேடிவருவானா? என்று மனதிற்குள் பலமுறை கேட்டுக்கொண்டாள். எதற்காக இந்தக் கேள்வி, எப்படி திடீரென்று அவனை மனம் நினைக்கப் போயிற்று? என்பதுபோன்ற கேள்விகளுக்கு அவளுக்குப் பதில் சொல்லத் தெரியாது.

அவள் மனதை அலைக்கழித்த சிந்தனைக்குப் பதில்போல கடந்த இரண்டு மூன்று நாள்களாக, அடிக்கடி அவனை எதிர்கொள்கிறாள். எம்சி ரோட்டிலுள்ள ஒரு ஓட்டலுக்கு பாத்திரங்களைத் துலக்கிவைக்கிற வேலைக்குப்போகிற நேரத்திலும் சரி, பத்து மணிக்கு மார்க்கெட்டுக்குப் போகிறபோதும், திடீரென்று கடை கண்ணிக்குக் கிளம்பிப்போகும் நேரத்திலும், திரும்பும்போதும் இவளுக்காகவே அவன் ஏதாவது ஓரிடத்தில் காத்திருக்கிறான். இரக்கப்பட்டு பேசலாமென்று கூட நினைத்தாள். ஒரு வருடமா இரண்டு வருடமா 'தோன்னாலும் நாலஞ்சு வருஷமிருக்கும்' என்று அவள் மனதில் அவனைப் பிரிந்திருக்கும் காலம் குறித்துத் தோராயமாக ஒரு கணக்கு இருந்தது. ஜெயலலிதா அம்மா போனமுறை ஜெயித்த மறுநாள் போனவன், பிறகு அவர்கள் இறந்து, முதன்முறையாக இடைத்தேர்தல் அறிவித்தபோது, தற்போதுபோலவே அவளை விடாமல் துரத்தினான். அப்போது அவளிடத்தில் கோபம் மட்டுமே இருந்தது.

முகம்கொடுக்கக் கூடாதென வைராக்கியமாக இருந்தாள். இம்முறை அவ்வைராக்கியம் விரிசல் கண்டிருந்தது. சக குடித்தனக்காரர்களிடம் சென்றமுறை நடந்த சம்பவங்களைக் கூறியபோது, வாசல்பெண்கள் எல்லோரும் திட்டித் தீர்த்தார்கள். "என்ன பொம்பிளை நீ! வலிய வந்த புருஷனை இப்படித் தொலைக்கலாமா? ஆம்பளைன்னா அப்படித்தான் இருப்பாங்க,

கூத்தியாவூடு புளிச்சுப்போச்சுன்னு வந்த மனுஷனை தண்ணிதெளிச்சு வூட்டுக்குள்ள வான்னு சொல்லுவியா, அத வுட்டுட்டு வீம்புபிடிச்சு நிக்கிற?" என ஆளாளுக்குச் சண்டைபோட்டார்கள். தற்போது முன்புபோலவே அவனிடம் கோபமிருந்தாலும், கொஞ்சம் இரக்கமும் பிறந்திருந்தது. இந்தக் குழப்பத்தில் ஒழுங்காகச் சமைப்பதோ சாப்பிடுவதோ இல்லை. சோற்றைத் தட்டில் போட்டுக்கொண்டு உட்கார்ந்தாலும் அவன் நினைப்பில் கையைக் கழுவிவிட்டு எழுந்துவிடுகிறாள்.

அன்று தெருமுனையில் கூறுகட்டி விற்ற பெண்மணியிடம், வயிறென்று ஒன்றிருக்கிறதே என்பதற்காக வேண்டியவற்றை வாங்கிக்கொண்டு திரும்பிக்கொண்டிருந்தாள். இவள் குடியிருக்கும் வீட்டு வாசலில் நின்றுகொண்டு அவன் உற்றுப்பார்ப்பது போலிருந்தது, சந்தேகமில்லை இவளைத்தான் பார்க்கிறான். சுருள் சுருளான தலைமயிரைப் பின்பக்கம் அணைத்துச் சீவியிருந்ததும், அதற்குரிய முகமும் அவன்தான் என்கிற சந்தேகம் வீட்டுவாசலை நெருங்கநெருங்க திடப்பட்டதும், முதன்முறையாக மனதில் இலேசாக வெட்கமும் மகிழ்ச்சியும். வீட்டை நெருங்கியவள், அவன் இவளைப் பார்த்து, "இன்னா தனம் எப்படியிருக்க?" என்று தொட்ட கையை உதறிவிட்டு விடுவிடுவென்று வீட்டிற்குள் நுழைந்து தனது ஒண்டுக்குடித்தனக் கதவின் பூட்டைத் திறந்தபோது, அவன் இவள் பின்னால் நின்று தொண்டையைச் செருமினான். அதற்குள் வாசலில் இருந்த மற்ற குடித்தனக்கார பெண்களில் இரண்டொருவர் கூடியிருந்தனர். வெத்திலைப் பெட்டி சகிதமாக அங்கு வந்த வீட்டுக்கார அம்மா "வாய்யா! இப்பத்தான் உனக்குப் பொண்டாட்டி நெனப்பு வந்ததா?" என்று கேட்டவள் தனத்திடம், "ஒன் கோவத்தையெல்லாம் பிறகு வச்சுக்கோ, முதலில் வந்தவருக்கு உள்ள அழைச்சுப்போய் ஒரு வாய்த் தண்ணிகொடு, நீ ஒண்ணும் கொறைஞ்சிடமாட்ட" எனவும், சீவராசும் உரிமையோடு வீட்டுக்குள் நுழைந்தான்.

உள்ளே நுழைந்தவனுக்கு மணையை எடுத்துப்போட்டாள். கொஞ்சம் இரு வரேன், என்றவள் கதவருகே நின்று எட்டிப்பார்த்தாள். வாசலில் கூடியிருந்த பெண்கள் இல்லை

என்றானதும், கதவைத் தாழ்ப்பாள் போட்டாள். வெளியில் யாரோ சிரிப்பது கேட்டது. தகரப்பெட்டியைத் திறந்து இருப்பதில் சுமாராக ஒரு புடவையையும் இரவிக்கையையும் எடுத்தாள், அவனிடம், கொஞ்சம் அப்படித் திரும்பு எனக்கூறி புடவையையும் ஜாக்கெட்டையும் அணிந்தாள். கண்ணாடியைப் பார்த்து தலையைச் சீராக்கிக்கொண்டாள். நெற்றியில் வைத்த சாந்துபொட்டும் திருப்தியாக இருந்தது. அவன் எதிரே சம்மணமிட்டு உட்கார்ந்தாள். சட்டையின் முதலிரண்டு பொத்தான்களை அவிழ்த்திருந்ததில் கழுத்தும் மார்பும் அவனுக்குக் கூடுதலாகத் தெரிந்தன. முண்டாபனியனுக்கு மேலாக மார்பில் செழிப்பாக இருந்த மயிர்கள் வியர்வையில் நனைந்து பிசைந்து கிடந்தன. மிச்சமிருந்த உடம்பு எப்போதும்போல கட்டுக் குலையாமலிருந்தது. சுருள் சுருளாக நெற்றியில் முன் இறக்கத்தில் விழுந்திருந்த கேசம் மட்டும் அடர்த்தியின்றி வெறிச்சோடிக் கிடந்தது. நெற்றியின் கீழ்ப்பரப்பில் மழைக்கால அட்டைகள்போல கருத்த இரு புருவங்கள். அவை இரண்டிற்கும் கீழிருந்த கண்கள் சிறியவை என்றாலும் அதை ஒரு குறையென்று சொல்லமுடியாது. குறிப்பாக மூக்கு, மூக்கிற்குக் கீழிருந்த உதடுகள், இரண்டையும் பிரித்திருந்த கட்டை மீசை; கழுத்துக்கு இருபுறமும் புடைத்துக்கொண்டிருந்த தோள்கள் ஆகியவை எந்தப் பெண்பிள்ளையையும் கவரக்கூடியவை.

சிறிதுநேரம் அவனை வைத்தகண்களை எடுக்காமல் பார்த்துக்கொண்டிருந்தவள், திரும்பவும், “கொஞ்சம் இரு தோ வரேன்” என வெளியிற்சென்று அடுத்த ஐந்தாவது நிமிடம் உள்ளே வந்தாள். தம்ளரில் பால் இருந்தது. வீட்டுக்கார அம்மாவிடம் கேட்டு வாங்கி வந்திருக்க வேண்டும், அந்த வாசலில் பிற குடித்தனக்காரர்களில் ஒருவருக்கும் வீட்டில் பால் வாங்கி வைத்திருக்கும் பழக்கமெல்லாம் கிடையாது. பாலில் கொஞ்சமாக சர்க்கரை போட்டு அவனிடம், தம்ளரை நீட்டினாள். அவனும் அவள் கைதொட்டு வாங்கி சப்புக்கொட்டிக் குடித்தான். அவன் உதட்டோரம் குடித்த பாலின் அடையாளம் நுரை செதில்களாக ஒட்டிக்கிடந்தன. முந்தானையால் துடைத்தாள்.

“தனம்... உனக்கும் எனக்கும் ஐம்பது வயசுக்கு மேல, நாலுபிள்ளை கீது, மறந்துடாத!

- அந்த ஞாபகமிருந்தா இன்னொருத்தியைத் தேடிப் போயிருப்பியா?

- தப்பு பண்ணிட்டேன் தனம். இனிமே பெரிய பாளையத்தம்மன் மேல சத்தியமா அவவீட்டை எட்டிப் பாக்கறதில்லைன்னு முடிவு பண்ணிட்டேன்.

- சரி இந்த நேரத்துல அதெல்லாம் எதுக்கு, நான் ஒருத்திதான என்று நெனைச்சி கத்தரிக்காயும் தக்காளியும் போதும்னு வாங்கிவந்தேன். இராத்திரிக்கு வேணுமின்னா, ரெண்டுபேருமா மார்க்கெட்டுக்குப் போயி உனக்குப் பிடிச்சத வாங்கி வருவோம்யா. எனக்கும் வாய்க்கு ருசியா சாப்பிட்டு வருஷக் கணக்காச்சு. என்ன சொல்ற” எனக் கேட்டாள்.

சொன்னதுபோலவே, புருஷனும் பொண்டாட்டியுமா நான்கு மணிக்குக் காசிமேடு மார்க்கெட்டுக்குப் போனார்கள். வஞ்சிரமும், சுராவும் வாங்கினார்கள். வரும் வழியில் டாஸ்மாக்கில் இரண்டு கால் பாட்டிலும் வாங்கினாள். கட்சிக்காரங்க கொடுத்த பணம் கையிலிருந்ததால் கொஞ்சம் தாராளமாகச் செலவு பண்ணமுடிந்தது.

ஒரு கால் பாட்டிலை மட்டும் இரவு குடித்து முடிக்க அனுமதித்தாள். தட்டு நிறைய சோற்றைப்போட்டு வஞ்சிரம் மீன் குழம்பை ஊற்றி சுறாப் புட்டை வைத்து விசிறி மட்டையை எடுத்து விசிற ஆரம்பித்ததும். அழுதான்.

“அழாம சாப்பிடுய்யா, அதான் வந்துட்ட இல்ல.

- என் மனசு தாங்கலை. உன் தலையில அடிச்சு வேணா சத்தியம் பண்றன், தலையைக் காட்டு, இனி அந்தத் தெவடியா வீட்டுல காலெடுத்து வைக்கமாட்டன்.

சோறு பிசைந்த கையை அவள் தலையில் வைக்கப்போனவனைத் தடுத்தாள்.

- பேசாம சாப்பிடு, அப்புறம் பேசலாம், என்றாள்.

- சரி, ஒங்கிட்ட ஒண்ணு கேப்பன் கோவிச்சுக்க மாட்டிய.

- நான் ஏன் கோவிச்சுக்கப்போறன், தாலிகட்டினவள் ஆச்சே.

- அந்தக் கழுதைக்கு ஒரு முப்பதினாயிரம் கொடுக்க வேண்டியிருக்கு, அவ மூஞ்சில கடாசிட்டன்னு வச்சிக்கோ, நான் நிம்மதியா ஒங்கூட இருந்திடுவேன்.

- ஏன் நீ சம்பாதிச்சதைல்லாம் என்ன பண்ண?

- ஏதோ பண்ணன், என் கையில இருந்தா ஒங்கிட்ட ஏன் கேக்கறன்.

- அவ்ளோ பணத்துக்கு நான் எங்கே போவேன்?

- ஓட்டுக்குக் கொடுத்த பணத்தையெல்லாம் என்ன பண்ண? இன்ன ராத்திரிக்கு குண்டான் கட்சிக்காருங்க வர்ராங்கன்னு கேள்விப்பட்டன். நீ தாம் தூம்னு செலவு பண்றவ இல்லியெ. பெட்டியிலதான வச்சிருப்ப. அதை இதைச்சேர்த்து அவகிட்ட கொடுத்தா பிரச்சினை தீர்ந்திடும். அவள் சங்காத்தியமே வாணாம். மாசம்பொறந்தா சம்பளப் பணம் வந்திடும், அதை இனி உங்கிட்ட கொடுக்காம யார்கிட்ட கொடுக்கப்போறன்."

சொல்லிவிட்டு இவள் கண்களைப் பார்த்தான், கையில் பிசைந்தசோறு அப்படியே இருந்தது. பொலபொலவென்று அவன் கண்ணீர், கன்னக் கதுப்புகளில் இறங்கியது. அவள் மனம் இளகிப்போனது.

"அழாதய்யா...! நீ நல்லபடியா என்னைத் தேடி வந்தியே அதுவே எனக்குப் போதும்யா. பணமென்ன பணம்!

தோளில் கிடந்த முந்தானையை எடுத்து அவன் கண்களைத் துடைத்தாள். அவன் கையை உதறினான். சோற்றுருண்டைகளைப் பிடித்து அவன் கையில் வைத்தாள்.

- இன்னும் கொஞ்சம் சோறுபோட்டுக்க, எனக்கூறி சோற்றுச் சட்டியை எடுத்தாள்.

- அப்புறம் உனக்கு.

- நீ வவுத்தை வஞ்சனை பண்ணாம சாப்பிடு, பொட்டச்சிக்கி வவுரா பெருசு."

சாப்பிட்டு முடித்ததும் தட்டிலேயே கையைக் கழுவினான். "பாயைப் போடு தனம்" என்றவனின் பார்வைக் கொதிப்பைத் தாங்க முடியாமல் தலையைக் குனிந்துகொண்டாள். அரைமயக்கத்திலேயே பாயையும் போட்டாள்.

★ ★ ★

சுவரில் புகைப்படத்தில் அப்பாவிபோலச் சிரித்துக்கொண்டிருந்த சீவராசுவைத் திரும்பத் திரும்பப் பார்த்தாள். ஒண்டுக்குடித்தன வாழ்க்கையை ஆரம்பித்த முதல் வாரத்திலேயே எம்.சி ரோட்டிலிருந்த ஒரு போட்டோ கடையில் எடுத்துக்கொண்டது. வாசலில் இருந்த சராசரி ஆண்களைப்போலத்தான் சீவராசும் நடந்துகொண்டான். சம்பளம் வாங்கிவந்த நாட்களில் மட்டும் கொஞ்சம் கூடுதலாகக் குடிப்பான், ரகளை பண்ணுவான். உப்பில்லை, காரமில்லையென்று கொத்தாகத் தலைமயிரைப் பிடித்துச் சுவரில் மோதுவான். வீட்டுக்கார அம்மா கதவைத் தட்டிச் சத்தம் போட்டதும் அடங்கிவிடுவான். மற்ற நாட்களில் சும்மா சொல்லக்கூடாது, அவளுக்கும் அவள் பிள்ளைகளுக்கும் செய்யவேண்டியவற்றைச் செய்தே வந்தான். ஒருநாள் அவன் வீட்டில் இல்லாத சமயத்தில் "சீவராசுவை பீச் ஸ்டேஷன்ல பொரிகடலை விக்கிற பொம்பளையோட பார்த்தேன் கவனமா இருந்துக்க" என்று ஹார்பர் மேஸ்திரி துரைசாமி எச்சரித்தார். சீவராசுவிடம் அதுபற்றிக் கேட்கவும் செய்தாள். "எவன் சொன்னான் உனக்கு, ஒருத்தனுக்குப் பொறந்தவனா இருந்தா, அவன என் முன்னால வரச்சொல்லு" என வாசலில் இறங்கிச் சத்தம்போட்டான். இவளையும், அன்றைக்கு அடித்து உதைத்தான். வீட்டுக்கார அம்மாள், "நீங்க வரமாசம் காலி பண்ணிடுங்க, இதுக்கு மேல இங்கிருக்க வேணாம்", என்றாள். மறுநாள் வழக்கம்போல அரைக்கால் காக்கி நிஜாரையும், காக்கிச் சட்டையையும், சிவப்பு ஈரிழைத்துண்டு முண்டாசும், கையில் மூட்டையைக் குத்தித் தூக்குகிற கொக்கியுமாக ஹார்பார் வேலைக்குப் போனவன் திரும்பவில்லை.

தொரம்மா! தொரம்மா! - என்று மீண்டும் கன்னியம்மாள் குரல்.

தொரம்மா என்கிற தனபாக்கியத்திற்கு வைகாசி பிறந்தால் வயது ஐம்பத்தொன்றோ ஐம்பத்திரண்டோ, இரண்டிலொன்று. அது ஐம்பத்துமூன்றாகவும் இருக்கலாம். பிறந்தவருடம் எதுவென்று தெளிவாகச் சொல்லத் தெரியாது. அவளுடைய ஆத்தாள், எதிர்வீட்டுச் செங்கமலம் ஈயம் பூசவந்தவனோட ஓடிப்போன வருஷமென்று சொல்லியிருக்கிறாள். 'செங்கமலம் எந்த வருஷம் ஓடிப்போனாள்?' என்று பெற்றவளிடம் கேட்டாள், அதற்கு 'ஏரி ஒடைஞ்சி ஊருக்குள்ள வெள்ளம் வந்ததே, அந்த வருஷம்!' என்று பதில் வரவும், 'செங்கமலம் ஓடிப்போன வருஷத்தையே' பிறந்த வருடமாக வைத்துக்கொண்டாள்.

அவள் வாழ்க்கையே ஒரு தோராய வாழ்க்கை, தோராயக் கணக்கில் நாட்களைக் கடந்துகொண்டிருப்பது. பிறந்தது; வயசுக்கு வந்தது; இப்போதோ அப்போதோ என்றிருந்த சினைப் பசுவுக்குப் புல் அறுக்கப்போன இடத்தில் பரம்படித்த மாடுகளை ஓடைநீரில் குளிப்பாட்டிக்கொண்டிருந்த காசிநாதனுடன் சவுக்குத் தோப்பில் ஒதுங்கியது; பொங்கலின்போது கொத்தவால் சாவடியில் வாழைத்தார்களைச் சுமக்கும் சீவராசுக்கு உறவு சனத்திற்கு முன்னால் கழுத்தை நீட்டியது, அவனுடன் பதினைந்து நாள் கழித்து சென்னைக்கு 'பஸ்' ஏறியது ; பாரி முனையில் பேருந்தை விட்டு இறங்கி, ஹைகோர்ட்டையும், ஊர்ந்த வாகனங்களையும், இடித்துக்கொண்டு சென்ற மனிதர்களையும் கண்டு பெரிதாகக் கண்களைத் திறந்து மூச்சை உள்வாங்கி பிரமித்தது; அங்கிருந்து ஜோடியாக சீவராசுடன் ரிக்‌ஷாவில் பயணித்தது; விதவிதமான ஓசைகள், புழுதிகள், கட்டிடங்களைப் பார்த்தபடி பழைய வண்ணாரப்பேட்டையில் ஒண்டுக்குடித்தனங்களில் ஒருத்தியாக குடிக்கூலிக்கு வந்தது என எல்லாமே ஒரு தோராயக் கணக்கிற்குரியவைதான். ஏன் அதன் பிறகு அடுத்தடுத்து நான்கு பிள்ளைகளை சீவராசுக்குப் பெற்றது, எவளோ ஒருத்தியுடன் தொடுப்பு வைத்துக்கொண்டு, இவளை அவன் மறந்து, வீட்டிற்கு

வருவதை நிறுத்திக்கொண்டது; வளர்ந்து பெரியவர்கள் ஆனதும் ஆளாளுக்கு ஒருத்தியைப் பிடித்துக்கொண்டு பிள்ளைகள் இவளை மறந்தது ஆகியவற்றையெல்லாங்கூட ஒரு குத்துமதிப்பாகத்தான் இவளால் சொல்ல முடியும்.

தொரம்மா என்ற பெயர் வாசலில் இருக்கிற மற்ற குடித்தனக்காரர்கள் வைத்த பெயர். இவளுடைய மூத்த மகனுக்குப் பெயர் துரை, அதனால் இவள் தொரம்மா. தமிழ்ப்பண்டிதர்களுக்கு மருவல், திரிபு என்று இலக்கண விளக்கம் தேவைப்படலாம். பழைய வண்ணாரப்பேட்டையில், அவசரத்திற்கு ஒதுங்கும் வசதிகொண்ட சந்தில் அன்றன்றைக்குக் கையூன்றினால்தான் கரணம் என்ற நிலையில் குடியிருப்பவர்களுக்கு, இந்த விளக்கமெல்லாம் அதிகம். தனபாக்கியம் என்ற ஊர்ப்பெயரை அரசாங்கப் பிரச்சினைகளென்று வருகிறபோது, சிரமப்பட்டு ஞாபகத்தில் கொண்டுவந்திருக்கிறாள்.

“தொரம்மா! இன்னுமா நீ எழுந்திருக்கல! உள்ள வரலாமா, சீவராசு அண்ணன் உள்ளதான் இருக்காரா?”

கதவை உட்புறமாகத் தள்ளிய கன்னியம்மாவின் குரல் குனிந்த வாட்டில் தலையை இருட்டிற்குள் புதைத்து, தொரம்மாவைத் தேடியது. திறந்திருந்த கதவின் அனுமதியுடன் முதிராத காலை வேளை, கன்னியம்மாவைத் தொடர்ந்து உள்ளே நுழைந்திருந்தது. சன்னமான பனிமூட்டம்போல சில இடங்களில் தளர்ந்தும், சில இடங்களில் இறுக்கமாகவும் தம்மைத் திடப்படுத்திக்கொண்டிருந்த காலை ஒளியின் துணையுடன் தொரம்மாவைக் கண்டுபிடிப்பதில் கன்னியம்மாவுக்கு அதிகச் சிரமங்கள் இல்லை. திறந்த கதவு சுவரில் அணையும் பக்கமாக அடுப்பும், தண்ணீர் தவலையும் பாத்திர பண்டங்களும் இருந்தன, அதற்கு அடுத்த சுவரில், அதன் முழு நீளத்தையும் உபயோகித்துக்கொள்ளவேண்டும் என்பதுபோல பிளாஸ்டிக் கயிறில் ஒரு கொடி. அதில் ஒழுங்கின்றி அவிழ்த்துப்போட்ட புடவைகளும் ஜாக்கெட்டும் கிடந்தன, அதன் கீழே சீவராசுடன் பட்டணத்திற்குப் புறப்பட்டு வந்தபோது கொண்டுவந்த

டிரங்க்பெட்டி. அதையொட்டி ஓர் அழுக்குச் சிப்பமாக இருந்த தலையணையை வேண்டாமென்று ஒதுக்கிவிட்டு கையை முக்கோணமாக மடக்கித் தலைக்குக் கொடுத்து தொரம்மா என்கிற தனபாக்கியம் பக்கவாட்டில் உறங்குவதுபோல பாவனை செய்துகொண்டிருந்தாள். தலை அவிழ்ந்திருந்தது. இடப்பக்கக் கன்னத்தில் வாயிலிருந்து கசிந்த எச்சிலின் நெளிந்த வெண்கோடு.

- தொரம்மா எழுந்திரு இன்னும் ஒரு மணி நேரத்துல நாமல்லாம் பூத்துல இருக்கணும். இன்னைக்கு ஓட்டுப் போடறது. மறந்துட்டியா?

கன்னியம்மா உலுக்கிய உலுக்கலில் திறந்த கண்கள், தொட்டெழுப்பிய கையையும், அந்தக் கைக்குச் சொந்தக்காரியையும் பார்த்துக்கொண்டிருந்தன.

- எழுந்திரு, லைட்டைப் போடட்டுமா? மீண்டும் கன்னியம்மா.

'வ்வா' என்று ஒரு பெரிய கோட்டுவாயுடன், எழுந்த தொரம்மா அவிழ்ந்திருந்த தலைமயிரைக் கொண்டையாக்கி முடித்த மறுவினாடி, விலகிக்கிடந்த முந்தானையைச் சரிசெய்து மார்பை போதிய அளவுக்கு புடைவைப் பரப்பிற்குள் கொண்டுவந்த திருப்தியில்,

- அந்த மணையைப் போட்டு உட்காரு! - சுவரில் சாத்தியிருந்த மணைப்பக்கம் கை நீண்டது.

மணையை எடுத்துப் போட்டும், வழக்கம்போல சம்மணமிடாமல் குத்துக்காலிட்டு உட்கார்ந்த கன்னியம்மா முகத்தில் கம்பி மத்தாப்பைக் கொளுத்தியதுபோல அப்படியொரு பிரகாசம். அந்தப் பிரகாசம், மின்சார விளக்கின் ஒளியில் கூடுதலாக மினுங்கியது. தொகுதிக்கு இடைத்தேர்தல் அறிவிக்கப்பட்ட தினத்தில் பற்றிக்கொண்ட சந்தோஷம். ஏதோ சொல்லவந்த கன்னியம்மா தனபாக்கியத்தின் முகத்தைப் பார்த்துப் புரிந்துகொண்டவள்போல:

- என்ன அழுதியா?

- அதெல்லாம் ஒண்ணுமில்லை, சொல்லு.

- நேற்று ராத்திரி செல்ராசு அண்ணன் எலெக்ஷன் டோக்கன் கொடுத்துட்டுப் போனாங்க, கதவைத் தட்டினோம், சீவராசு அண்ணன்தான் கதவைத் திறந்தாரு.

தனபாக்கியத்திற்கு ஞாபகம் வந்தது. நள்ளிரவு, பன்னிரண்டு ஒன்றிருக்கலாம். இவளிருந்த அலங்கோலத்தில், பக்கத்திலிருந்த சீவராசிடம் கதவைத் திறந்து என்னவென்று பார்க்கச் சொன்னாள்.

- இரண்டு நாளைக்கு முன்ன இன்னொரு தம்பி கொடுத்துட்டுப் போச்சே! இரண்டும் ஒண்ணுதானே?

- இல்ல. செல்ராசு அண்ணன் அவங்க கூட இல்ல. இவங்க தனியா நிக்கறாங்க. அவங்க அண்டா இவங்க குண்டான்! முந்தாநேத்து செல்ராசு அண்ணன் வந்திருந்து வாசலில் எல்லாரையும் கூட்டி வச்சு, சொன்னதை மறந்திட்டியா? வீட்டுக்கார அம்மாவும் குண்டானுக்குத்தான் ஓட்டுப்போடணும்னு சொல்லி பெரிய பாளையத்தம்மன் படத்துமேல சத்தியம் வாங்கினாங்களே!

- என்னமோ போ நீ சுலபமாச் சொல்லிட்ட எனக்குப் பயமா கீது.

- தோடா! இன்னாத்துக்குப் பயம், எல்லாத்துக்கும் நான் கீறேன்னு சொல்லிட்டனில்ல.

- பணத்தைக் கொடுத்திட்டு சாமி படத்துமேல சத்தியம் பண்ண சொல்றாங்க, நமக்கு ஒரு சாமியா ரெண்டு சாமியா எத்தனை சாமிமேலத்தான் சத்தியம் வக்கிறது. ஏற்கனவே செஞ்ச பாவத்துக்குத்தான் எல்லாத்தையும் தொலைச்சுட்டு அம்போன்னு நிக்கிறன்.

- அடப்போக்கா! நீ வேற. பாவம் புண்ணியம் இன்னிக்கிட்டு. கொன்னாப்பாவம் தின்னாப் போச்சுன்னு போவியா. அவங்க ஒரு ஓட்டுக்கு எவ்ளொ கொடுத்தாங்கோ, இவங்க அதைப்போல ரெண்டு மடங்கு கொடுப்பாங்கோ. உங்க ஊட்டுல மட்டும் ஆறு ஓட்டு. அவ்ளோ துட்டை நீ பார்த்திருக்கமாட்ட, கறிய

மீன வாங்கித் துன்னுட்டு, கொஞ்சநாளைக்கு வீட்டுல கிட. இன்னா நான் சொல்றது புரியுதா. இந்த முறை வாசலில் இருக்கிற அத்தனை பேரு ஓட்டும் குண்டானுக்குத்தான். பெரிய பாளயத்தம்மன் மேல சத்தியம் பண்ணிகிறோம் மறந்திடாத. இதுக்குப் பவரு ஜாஸ்த்தி. அது சரி சீவராசு அண்ணன் எங்க?

சீவராசு கூட நேற்று ராத்திரி பெரியபாளையத்து அம்மன் பேருலதான் சத்தியம் செய்தான். இராத்திரி இருந்த மனுஷன், விடிஞ்சதும் சொல்லாம கொள்ளாம எங்க போயிருப்பான் என்று யோசித்தாள். இருந்தாலும் தனக்கு அதுபற்றி எதுவும் தெரியாது என்பது சரியாக இருக்காதென்று நினைத்தாள்.

- நீதான் பார்த்தியே நான் அசந்து தூங்கிட்டேன். எதற்காக எழுப்பறதுன்னு நினைச்சிருக்கணும், எங்கே போயிருப்பாரு டீக்கடைக்குத்தான்.

- அது சரி, அண்ணன் வந்த ரெண்டு நாளா நீ ராத்திரியில தூங்கறது இல்லன்னு வாசல்பூரா பேச்சு, சரி சரி நீ எழுந்திரு, நாஷ்ட்டால்லாம் ரெடியா கீது. ஒரு மணி நேரத்துல பூத்துல இருக்கணும்னு ஊட்டுக்காரம்மாவும் சொல்லிட்டாங்கோ. வரேன்.

கன்னியம்மாள் கதவைத் திறந்துகொண்டு வெளியேறினாள். அவள் படி இறங்கியிருப்பாள் என்பதை உறுதிப்படுத்திக்கொண்டதும், இவள் தலையை மீண்டும் ஒருமுறை உயர்த்தி நிழற்படத்தில் சிரிக்கும் சீவராசுவைப் பார்த்தாள். கீழே திறந்திருக்கும் தகரப்பெட்டியையும் பார்த்தாள். முதன் முறையாக வெடித்து அழுதாள்.

2. பார்க்க நல்ல மனிதர்போலத் தெரிகிறீர்கள்

குளிர்காலம் முடிந்து இளவேனிற்காலம் தொடங்கி ஒருவாரம் ஆகிறது, கடந்த சில நாட்களாகவே இரவுபகலாகப் பனிபொழிந்து கொண்டிருக்கிறது. கிழக்கு ஐரோப்பிய நாடுகளில் டிசம்பர் தொடங்கி மார்ச் வரையில், என்னைப்போன்ற பாவப்பட்ட மனிதர்களை வாட்டுவதற்கென அவ்வப்போது பூமியின் துருவப் பகுதிகள் அனுப்பி வைப்பதாக நம்பப்படுகிற கடுங் குளிர்காலப் பனி. தொலைக்காட்சி வானிலை அறிவிப்பாளர்கள், அதிலும் பெண் அறிவிப்பாளர்கள் என்றால், அவள் சொல்வதை எங்கே காதில் வாங்கமுடிகிறது. எச்சரித்தும், உடுத்தவேண்டியவற்றை உடுத்தத் தவறி வெளியில் கால் வைக்கிறபோதுதான், அதன் வீரியத்தை உணரமுடிகிறது. திறந்த வாசற்கதவை அடைத்துவிட்டு, திரும்பவும் வீட்டுக்குள் நுழைந்து குளிரைச் சமாளிக்கப் பொருத்தமாக ஒரு கம்பளிச்சட்டை, ஒரு கம்பளி ஸ்கார்ஃப், ஒரு கம்பளி ஜாக்கெட், என்று வெளியில் வந்தேன்.

குடியிருப்புகளின் கூரைகள், இலைகளை உதிர்த்த மரங்கள், மோட்டார் வாகனங்கள், சாலைகள், நடைபாதைகளென, திறந்தவெளியில் வானத்தின் கண்காணிப்பில் இருந்தனவற்றில் விதை நீக்கிய பஞ்சை உலர்த்தியதுபோல, எங்கும் பனி.

போதாதென்று, 'பனி' வெண் சாம்பல் தூவலாகக் காற்றில் அலைந்து பூமியைத் தேடிக்கொண்டிருந்தது. மழைத்தூறல்கள் தங்கள் பாட்டுக்கு விழுந்துகொண்டிருந்தன. அவற்றின் வினையில் குறுக்கிடக்கூடாது எனப் பனிப்பொழிவு எச்சரிக்கப்பட்டிருக்கவேண்டும், மழைத்தூறல்களுக்கு இடையூறின்றி சாதுர்யமாகத் தப்பித்து, காற்றின் வீச்சுக்கு ஈடுகொடுத்து, காற்பந்தாட்ட வலைக்குள் பந்தைப் போட்ட ஆட்டக்காரரின் மகிழ்ச்சியைப் பகிர்ந்துகொள்ள, பிற வீரர்கள் ஒருவர் பின் ஒருவராக தாவி விழுந்து அவரை மூடிமறைப்பதுபோல, சீவல்களாக உதிரும் பனித்துகள்கள் ஒன்றின்மீது ஒன்று விழுந்துகொண்டிருந்தன. வாகனங்கள்; வளர்ந்த செடிகொடிகள், மரங்கள் ஆகியன மட்டுமின்றி திக்கற்ற புழுக்கள், வண்டுகள், சிறு சிறு பூச்சிகளின் உயிர்வாழ்க்கையும் நசுக்கப்படுவதை எதார்த்தமாகக் கருதிக்கொண்டு படி இறங்கினேன். திரையிடாத என் முகத்தில் உறைந்த நீரை வாரி இறைத்ததுபோல பனிக்காற்று தாக்குகிறது. முகத்தை நனைத்த காற்றை வழித்து எறிந்தபின், குடியிருப்பு அருகில் போடப்பட்டிருந்த படிகளைக் கவனத்துடன் அடையாளப்படுத்திக்கொண்டு, காலெடுத்து வைத்தபோது, மிதிபடும் பனி, சப்பாத்துகளில் பிதுங்கி மனித அழுக்கின் அடையாளம் பாதச்சுவடுகளாகப் பின்தொடர்வதை ரசித்தபின், நேரத்தின் நெருக்கடியை உணர்ந்தவனாய் நடந்தேன்.

வாகனத்தை எடுக்க குடியிருப்பின் பின்பகுதிக்கு வரவேண்டும். பனியைத் தரித்திருந்த ஊசியிலை மரங்களுக்கு இடையே, சிலுசிலுவென்று குறுக்கிடும் காற்றுத் திரைகளை விலக்கி, தரையெங்கும் கொட்டிப் பரப்பியிருந்த பனியை மிதித்துத் துவைத்தபடி, காரஜ் எண்ணை மனத்திரையில் சரிபார்த்துக்கொண்டு நடந்து எதிரில் நின்றேன். குடியிருப்புகளின் பின்புறத்தில், எனக்கு இடது பக்கமாக நிற்கும் இலைகளை உதிர்த்து நிற்கும் ஓக் மரங்களின் மீது எனது பார்வை சென்று முடிந்தது.

இதே வேளையில் பிற காலங்கள் எனில் சிட்டுக் குருவிகள்

பெருங்கும்பலாகக் கூடி அப்பகுதியைக் கடந்து செல்கிற எந்த மனிதரையும் திரும்பவைக்கிற வகையில் 'க்ரிக்... க்ரிக்' என சத்தமிடும், குறிப்பாக பத்து அல்லது பதினொருமணிக்கு. அதுகளுக்குள்ளும் பிரச்சினைகள் இருக்கும்போல: சற்றே பெரிதான தடித்த கிளையொன்றில் இரு குருவிகள் உட்கார்ந்திருக்க, கீழும் மேலும், எதிரிலும் பக்கவாட்டிலும் கிளைகள்,கொம்புகளில் வாதி, பிரதிவாதி, சாட்சிகள், ஜூரிகள் என்று ஒரு நீதிமன்றக் காட்சி கச்சிதமாக அரங்கேறும். கனம் நீதிபதி அவர்களே என ஆரம்பித்து வாதிடும் பறவைகளின் தொனியைக்கொண்டு, வழக்கை ஊகிக்க முயன்று, குழப்பத்துடன் கிளம்பிச்சென்றது அதிகம். 'முதல் நாள் விசாரணைக்கு உட்படுத்தப்பட்ட குருவிக்கு மறு நாள் என்ன நேர்ந்திருக்கும் என யோசிப்பதுண்டு. அதை விளங்கிக்கொள்ள, மரத்தில் அமர்ந்திருக்கும் குருவிக்கூட்டத்தில், அப்பறவையைத் தேடி அலுப்புற்றிருக்கிறேன். ஒருமுறை அப்படியொன்றைத் தேடிக்கொண்டிருந்த வேளை, எங்கள் குடியிருப்பின் முதல் மாடியில் குடியிருக்கும் பெண்மணி, முகத்தில் பல கேள்விகளைத் தேக்கிக்கொண்டு என்னைப் பார்ப்பது மட்டுமல்ல, அதுமுதல் எப்போதேனும் என்னைக் கடந்து செல்லவேண்டிய இக்கட்டு உருவாகிறபோதெல்லாம், கால்கள் பின்னிக்கொள்ளத் தடுமாறுகிறாள், தம் குழந்தைகளைச் சேர்த்தணைத்தபடி முகத்தைப் பராக்குப் பார்ப்பதுபோல வைத்துக்கொண்டு அச்சத்துடன் நடந்து, சில அடிதூரம் சென்றபின் திரும்பிப் பார்க்கிறாள்.

காலை பத்து முப்பதுக்கு நீதிமன்றத்தில் இருக்கவேண்டும் என்பது நினைவுக்கு வந்தது. சம்பந்தப்பட்ட வழக்கு பத்து நாற்பத்தைந்திற்கோ, பதினொன்றிற்கோ தொடங்கலாம், எனினும் அரசாங்கம் தரும் மொழிபெயர்ப்புக்கான கட்டணத்தைப் பெறுகிறபோது, அவர்கள் கோரிக்கை கடிதத்தின்படி பத்து முப்பதுக்கு விசாரணை மண்டபத்தில் இருப்பதுதான் நியாயமாக இருக்க முடியும். வாகனத்தை எடுத்துக்கொண்டு பிரதான சாலையில் ஊர்ந்தவேளை, பனிப் பொழிவு நின்று சூரியனை அனுமதித்திருக்க, சாலையோரங்களிலும், நடைபாதையிலும்,

கட்டிடங்களின் கூரைகளிலும் விழுந்து கரையாமலிருந்த பனிகளில் பொன் நீலத்தில் சூரிய ஒளி நட்சத்திரங்களாகப் பிரகாசிப்பதும் மறைவதுமாக இருந்த அழகை ரசிக்க நேரமின்றி சாலையில் கவனம் செலுத்தினேன். சாலைகள், வீதிகள், திருப்பங்கள் நன்கு பழகியவை என்கிறபோதும், சரியானவற்றை இருமுறை தவறவிட்டதற்கு, வழக்கமாக காண்கிற குருவிகள் விசாரணை, இல்லை என்றானது காரணமாக இருக்கலாம்.

வாகனத்தை இடம் பார்த்து நிறுத்தி, இடத்திற்கான கட்டணத்தைச் செலுத்த எந்திரத்தில் வாகன எண்ணைப் பதிவுசெய்து, கடனட்டையை நுழைக்க, எவ்வளவு நேரத்திற்கு என்ற கேள்வி. குறைந்தது ஒரு மணி நேரம் தேவைப்படும். நிறுத்தியுள்ள வாகனங்கள் நேரத்திற்குரிய தங்கள் கட்டணத்தைச் செலுத்தியுள்ளனவா எனச் சோதித்துக்கொண்டு செல்லும் நகரசபை ஊழியர்களைப் பார்த்ததும், அவர்கள் திரும்ப இப்பக்கம் வருவது இப்போதைக்கில்லை, அதற்குள் வாகனத்தை இங்கிருந்து அகற்றிவிடமுடியும் என்று கணக்கிட்டு, அவர்கள் போகட்டுமெனக் காத்திருந்து, எவ்வளவு குறைவாகச் செலுத்த முடியுமோ அக்கட்டணத்தைச் செலுத்தி, இரசீதை காரில் வைத்தபின் கையிற் கட்டியிருந்த கடிகாரத்தைப் பார்த்தேன், மணி 10.15.

நீதிமன்றத்தில் நுழைந்தபோது எனக்கு முன்பாக ஐந்துபேர் சோதனைக்கு உட்பட காத்திருந்தார்கள். பயங்கரவாதத் தாக்குதல்கள் பெருகியபின் எல்லா இடங்களிலும் சோதனைக்குப் பின்னரே அனுமதி என்றாகிவிட்டது. எனது முறைக்குப் பத்து நிமிடங்கள் காத்திருக்க வேண்டியிருந்தது. குளிருக்கென போட்டிருந்த ஜாக்கெட், வாலெட், கைத்தொலைபேசி மூன்றையும் கன்வேயர் பெல்ட்டில் வைத்துவிட்டு சோதனைகளைக் கடந்து முதற்தளத்தில் அழைத்திருந்த விசாரணைக் கூடத்தைக் கண்டுபிடிக்க கூடுதலாகப் பத்து நிமிடங்கள் தேவைப்பட்டன.

பத்து முப்பதுக்கு விசாரணை மன்றம் எண் 13ல் இருக்கவேண்டும். என் கைக்கடிகாரம் பத்து முப்பத்தைந்தைக் காட்டியது.

மண்டபத்தின் கதவுகள் மூடப்பட்டிருந்தன. தயக்கத்துடன் கதவைத் தட்டினேன். வரலாம் என்ற அனுமதிக் குரலைக் காதில் வாங்கியபடி உள்ளே நுழைந்தேன். எனக்கு நேர் எதிராகப் போடப்பட்டிருந்த மேசையின் பின்புறம் நீதிபதி, அவரிடமிருந்து சில அடிகள் தள்ளி பக்கவாட்டில் மிகச்சிறிய தட்டச்சு எந்திரத்துடன் பெண்செயலர். அவருக்கு எதிரில் ஆசனங்களில் வழக்கறிஞர்கள். நீதிபதி என்ற பொருளுக்குச் சமனாக வைத்த எடைக்கற்கள்போல அவருக்கு எதிரே நாற்காலிகளில் வரிசைக்கு இரண்டொருவர் என அமர்ந்திருக்கும், அனுமதிக்கப்பட்ட பார்வையாளர்கள். எல்லோருடைய பார்வையும் என் முகத்தில் இருந்தது. தாமதத்திற்கு விளக்கம் என்றபேரில் விரயம் செய்யப்படும் வார்த்தைகளில் சலிப்புற்று அமைதியாய் நின்றேன். வழக்கறிஞர் பெண்மணிகளில் ஒருவர், தனது கைக்கடிகாரத்தைப் பார்த்தார். நீதிபதி பெண்மணி என்னிடம், “முன்வரிசையில் உட்காரலாம். குற்றவாளியைக் காவலர்கள் அழைத்து வரும் நேரம்” எனச் சொல்லவும், காலியாகவிருந்த நாற்காலிகளில் ஒன்றில் அமர்ந்தேன்.

பெண் செயலருக்குப் பின்புறமிருந்த கதவைத் தள்ளிக்கொண்டு இரு காவலர்கள், நடுத்தர வயது மனிதர் ஒருவரை அழைத்துவந்தனர். அழைத்துவந்த மனிதரின் கைவிலங்கை அகற்றி, குற்றவாளிக் கூண்டில் நிறுத்தியபின், காவலர் இருவரும் பக்கத்திற்கொருவராக நின்றுகொண்டனர். அவருடைய ஐரோப்பிய நிறம், உயரம், எனது மொழிபெயர்ப்பு வழக்கிற்கு உரியவரல்ல எனபதைத் தெரிவித்தன. நீதிபதியின் அடுத்தடுத்த கேள்விகளை வைத்தும், குற்றவாளியின் பதில்களைக்கொண்டும் தெரியவந்த செய்திகள்: ஹாலந்து நாட்டவர், பத்திரிகையாளர், ஒரு நிறுவனத்தின் உரிமையாளர். இந்நிலையில்தான் பாடகி ஒருத்தியுடன் அறிமுகம், கவிதைகளும் எழுதுபவள். அவளின் நட்பில் அவளை முன்னுக்குக்கொண்டுவர ஏராளமாகச் செலவு, ஒரு நாள் அவர் வெறும் ஆள் என்றவுடன், அப்பெண் இவரை உதறிவிட்டு வெளியேறுகிறாள். பத்து ஆண்டுகளுக்கு மேலாக பெரிய நகைக்கடைகள், ஆயத்தஉடை கடைகள் முதலானவற்றில் விலையுயர்ந்த நகைகள் ஆடைகள் வாங்குவது, நட்சத்திர

ஓட்டல்களில் தங்குவது. அவற்றிற்குரிய பணத்தை, பொய்த் தகவல்களின் அடிப்படையில் வங்கியில் பெற்ற கடனட்டைகள், காசோலைகளில் செலுத்துவது, பிடிபடுவது, சிறைசெல்வது என்றிருக்கும் மனிதர்.

குற்றவாளியிடம் கேட்கும் வழக்கமான கேள்விகளைக் கேட்டு அதற்குண்டான பதில்களைப் பெற்றுமுடித்த பின் பெண் நீதிபதி தம் கையிலிருந்த பேனாவை கோப்பு அருகே வைத்தார், நிமிர்ந்து உட்கார்ந்தார், ஏதோ முதன் முறையாகக் குற்றம் சாட்டப்பட்டுள்ள நபரைக் காண்பதுபோல புருவத்தைக் குறுக்கிச் சில கணங்கள் அவர் முகத்தைப் பார்த்தார். பார்வைக்கான விளக்கத்தைக் குற்றவாளிக்கும் எங்களுக்கும் தரமுற்பட்டவர்போல:

- உங்களைப் பார்க்கிறபோது குற்றவாளியாகத் தெரியவில்லை பார்க்க நல்ல மனிதர்போலத் தெரிகிறீர்கள். எப்படி இக்குற்றங்களைத் தொடர்ந்து செய்கிறீர்கள் இதிலிருந்து விடுபட நினைத்ததில்லையா? என்று கேட்டார்.

நீதிபதியின் கேள்வி என்னை நிமிர்ந்து உட்காரச் செய்தது. குற்றவாளியின் முகத்தை, சற்றுக் கூர்ந்து கவனித்தேன். செய்த குற்றத்தின் அறிகுறிகளின்றி, பால்போலத் தெளிவான முகம், படிய வாரப்பட்ட தலை, அணிந்திருந்த கண்ணாடியும், மூக்கின் கூர்மையும், உடைகளில் செலுத்தியிருந்த அக்கறையும் சந்தேகிக்க முடியாதவைதான். என்ன பதில் சொல்லப் போகிறார் என நீதிபதியைப் போலவே அனைவரும் காத்திருக்கிறோம். பதில் அவர் நெஞ்சுக்கும் உதட்டிற்குமிடையில் எங்கோ தயங்கி நிற்பதுபோல எனக்குப் பட்டது. அதற்கு முகவுரைபோல மெலிதாக அவிழ்ந்த சிரிப்பு அவர் உதடுகளைக் கடக்க, பார்வையாளர்கள் மத்தியிலும் இலேசாகச் சிரிப்பு. நீதிபதி எரிச்சலுற்றார். குற்றவாளியின் வழக்கறிஞர் ஏதோ சொல்ல முற்பட்டார். அவரைத் தடுத்த நீதிபதி, “தற்போது குற்றவாளி எதற்காகச் சிரிக்கிறார் என்பதை அவர் வாயால் சொல்லட்டும்” - என்றார்.

அவையில் நிசப்தம். குற்றவாளி மௌனத்தைக் கலைத்துக் கொண்டவர்போல மெலிதாகத் தொண்டையைக் கனைத்து

அதற்கு ஐரோப்பிய வழக்கப்படி சம்பிரதாய மன்னிப்பும் கேட்டார், பின்னர்:

- உங்க கேள்வியிலேயே பதிலிருக்கு மேடம், உண்மையில் நல்லவர்கள்போல இருப்பதால் குற்றம் இழைப்பது எளிதாகிறது, சுலபமாக மற்றவர்களை ஏமாற்றவும் முடியும். என் பிரச்சினை உங்களுக்குப் புரிகிறதில்லையா? என்று கேட்டு பெண் நீதிபதியின் முகத்தைப் பார்த்தார்.

நீதிபதி பெண்மணி பதில் கூறுவதைத் தவிர்த்து, தம் முன்பிருந்த கோப்பு காகிதங்களின் முனைகளை மடிப்பதும் பிரிப்பதுமாகத் பதற்றத்தைத் தணித்துக்கொள்ளும் முயற்சியில் இறங்கினார்.

- மேடம், நான் என் பதிலை முடிக்கவில்லை, உங்கள் அமைதி, எனது பதிலில் உள்ள நியாயத்தினால் என நினைக்கிறேன். இன்னொரு கேள்வியும் எனது பதிலோடு கேட்க இருக்கிறது, அதையும் கேட்டுவிட்டால் மனதுக்கு நிம்மதி!

குற்றவாளியின் குரல் நீதிபதியின் சேட்டைகளை சட்டென்று முடிவுக்குக் கொண்டுவந்தன. கண்களை அகல விரித்து, தலையைச் சொடுக்கியவர், ஒரு சடங்குபோல எதிரிலிருந்த எங்களை ஒரு நொடி பார்த்தார், பின்னர் குற்றவாளிப் பக்கம் கண்களைத் திருப்பியவர், “சொல்லுங்க கேட்கிறேன்” என்பதுபோல தலையைக் குலுக்கினார்.

- நீங்க உட்படஇங்கே இருக்கிறவங்க அனைவருமே பார்வைக்கு நல்ல மனிதர்கள்போலத்தான் இருக்கிறோம். விதிவிலக்காக குற்றத்தைக் கூடுதலாகத் துரத்துவதும், பதிலுக்குத் தண்டனை என்னைத் துரத்துவதும் ஒருவித போதை விளையாட்டாகிப்போனது. அது சுகமாகவும் இருக்கிறது. பெரும்பான்மை மனிதர்களைப்போல அளவாகப் பழகிக்கொள்ள எனக்குத் தெரியவில்லை, அப்படி இருந்திருந்தால் பார்வையாளர் கூட்டத்தில் நானும் ஒருவனாக இருந்திருக்கலாமில்லையா?

நீதிபதி பதில் எதையும் கூறாமல், தலையைத் திருப்பி பார்வையாளர்களைப் பார்த்தார். அரசு வழக்கறிஞர்,

தமது காரியதரிசி என்று அவர் பார்வை ஓடி, கடைசியாக குற்றவாளியினுடைய வழக்கறிஞரிடத்தில் முடிவுக்கு வந்தது. காரணத்தைப் புரிந்துகொண்டவர்போல குற்றவாளியின் வழக்கறிஞர் இருக்கையைவிட்டெழுந்து, பார்வையாளர்களுக்கும் நீதிபதிக்கும் இடையில் நின்று இருதரப்பினரையும் தமது வாதம் ஈர்க்கவேண்டும் என்பதை உணர்ந்து, சொற்களுக்கேற்ப குரலை உயர்த்தியும் தாழ்த்தியும் தமது தரப்பு வாதத்தை வைத்தார். தொடர்ந்து குற்றவாளிக்கு எதிரான அரசுத் தரப்பு வழக்கறிஞரின் வாதம், கடமைக்காக என்றிருந்தது. எனது மொழிபெயர்ப்புக்குரிய குற்றவாளியை அழைத்தபோது மணி பதினொன்றரை. முடிவாகக் குற்றவாளிகளின் தண்டனை குறித்த தீர்ப்புகளை வழங்க நீதிபதி முப்பது நிமிடம் எடுத்துக்கொண்டார்.

காலை பன்னிரண்டு முப்பது. நீதிபதியின் பெண்காரியதரிசி, என்னை அழைத்து அன்றைய பணிக்கான ஊதியப் படிவத்தை அளித்து, உங்கள் ஒன்றரை மணி ஊதிய நேரத்தை இரண்டு மணி நேரமென்று போட்டிருக்கிறேன் மகிழ்ச்சிதானே என்கிறார். குற்றவாளிகள் தரப்பில் வாதிட வந்த வழக்கறிஞர்கள், குற்றவாளிகளைச் சூழ்ந்து தெம்பூட்டிக்கொண்டிருந்தனர், அவர்களுக்கு விலங்குபூட்ட கைகளில் விலங்குடன் காத்திருந்த காவலர்களிடமிருந்து தப்பிக்க நினைத்தவர்கள்போல நீதிபதிகள் முதல் பார்வையாளர்கள்வரை அவசர அவசரமாக வெளியேறிக்கொண்டிருந்தோம்.

3. குறையொன்றுமில்லை

குளிரூட்டப்பட்ட சபா. மனிதர்கூட்டத்தின் வெப்பத்தினால் வியர்த்து, திணறிக்கொண்டிருந்தது. மண்டபத்தைத் தன் நிறத்திற்கு உருமாற்றியிருந்த மின்சார ஒளி, தங்கத்தை மா ஆக்கி மண்டபமெங்கும் தூவியதுபோல மினுங்கிற்று. ஆடைகளின் மணத்தையும், தலைகளின் சொடுக்கையும், கண்களின் சிமிட்டலையும், ஈறுண்ணிகளில் பிடிபட்டிருந்த பற்களின் கூத்தையும், சமிக்ஞைகளில் முடிந்த வார்த்தைகளையும், கைகளின் வீச்சையும், கால்களின் தயக்கங்களையும் அவற்றின் உரிமையாளர்களையும் முகர்ந்து திருப்தியுறும் கணந்தோறும் இசையின் அதிர்வுகளையும், நாதத்தின் எடையையும், தாள கதியையும் துல்லியமாக அளந்து பழகிய மனம் அதில் இழையோடும் அபசுரத்தின் வலியில் துடித்தது.

"இந்த மாதிரியொரு கூட்டத்தை நம்ம சபாவில் இதற்குமுன்ன பார்த்ததில்லைய்யா!" என நெருங்கிய சினேகிதரும், பாடகருமான சாம்பசிவம் காதில் கிசுகிசுத்த கையோடு தோளில் தட்டிவிட்டுச் சென்று இருக்கையில் அமர்கையில் இவருக்குப் பெருமைபிடிபடவில்லை. சினேகிதரின் பார்வையிலும், மகிழ்ச்சியை வெளிப்படுத்திய சொற்களிலும் தோளைத்

தட்டிய கையிலும் வெக்கை இல்லாமலில்லை. இருந்தும் அதைப் பொருட்படுத்தவில்லை, பொருட்படுத்தியிருந்தால் இந்த அளவிற்கு அவர் வளர்ந்திருக்க முடியாது.

தமது ஒரே பிள்ளையின் கர்னாடக இசை அரங்கேற்றம். மேடையில் ஜமுக்காளம் விரித்து பக்கவாத்தியங்கள் காத்திருக்கின்றன. விழா நாயகன் தேவகுமாரன் அகலக்கரை போட்ட ஜரிகைவேட்டி, ஜிப்பாவில் ஒருவரும் ஞாபகம் வைத்திராத பல்போன பாடகர் ஒருவருடன் சிரிக்கச் சிரிக்கப் பேசிக்கொண்டிருந்தான். அந்த மனிதர்மீது எப்போதும் திரிந்த பால் வாசம் வரும், பாரீஸிலிருந்து தருவிக்கப்பட்ட வாசனைத் தைலங்களில் மணக்கிற பலரிருக்க மகன் ஒரு பிழைக்கத் தெரியாத மனிதருடன் உரையாடுவது கண்டு முகம் சுருங்கியது. தமிழ் நாடே அரங்கிற்குள் குவிந்திருந்தது. இதைக் காட்டிலும் வேறென்ன பெருமை வேண்டும். எழுந்து நின்று அரங்கை ஒருமுறை பார்க்கவும் செய்தார். மனதைப் பிரதிபலிப்பதுபோல சபா ஒளியால் நிரம்பி சன்னமான அதன் அலைகளில் மகாமகத் தீர்த்தவாரிபோல மனிதத் தலைகள். பெருமிதம் அபரிமிதமாகவே சுரந்து தொண்டையை நிறைத்து, முடிவில் வாயில் கசந்தது. பெருமிதம் செரிமானம் ஆகாததற்கு என்ன காரணமென யோசித்தார். ஏதேதோ காரணங்கள் ஒன்றன்பின் ஒன்றாக வந்து போயின. எதையும் பிரச்சினையோடு முடிச்சுப்போட இயலவில்லை. இறுதியில், "அதுவாக இருக்குமோ?"- என்று மனதில் ஒரு சிறு சந்தேகம். "அடட! எப்படி இதை அலட்சியப்படுத்தினேன்?" என நினைத்தவர், பின்னர் "ஆம் அதுவாகத்தான் இருக்கும்" எனத் தம்மைச் சமாதானப் படுத்திக்கொண்டார். பிரச்சினையின் வேரைக் கண்டதினால் கூடுதலாக வலித்தது.

சற்றுமுன்புதான் மண்டபத்தின் வாயிலில் நின்று கண்ணுக்கெட்டியவரை காசாம்பு தெரிகின்றாளா என்று வீதியைப் பார்த்தார். இல்லை. ஏமாற்றத்துடன் காத்திருந்தபோது, மணிகண்டன் ஓடிவந்தான். இவருக்குக் கடந்த நாற்பது ஆண்டுகளாகக் கடம் வாசிக்கிற செங்கல்வராயனின் மகன். இளைஞன், கஞ்சிரா கலைஞன். முக்கிய விருந்தினர்களை

வரவேற்கும் பொறுப்பை அவனிடம் விட்டிருந்தார். ஒவ்வொரு முறையும் அப்படியாரேனும் வரும்போது, இவருடைய கைபேசி சிணுங்கும், சுதாரித்துக்கொண்டு எழுந்து, வந்த பிரமுகரை எதிர்கொண்டழைத்து உதவியாள் தாம்பாளத்தில் நீட்டும் சால்வையைப் போர்த்தி, இரண்டொரு சம்பிரதாய வார்த்தைகளில் இரத்தினச் சுருக்கமாக வரவேற்றுவிட்டு, பிரமுகருக்கென ஒதுக்கப்பட்ட நாற்காலியில் அவரை அமர்த்திவிட்டு இவர் ஒதுங்கிக்கொள்வார்.

“ஐயா நீங்க போங்க, அந்த அம்மா வந்தா நான் அழைச்சு உள்ளே உட்கார வைக்கிறேன், எதுக்காக நீங்க சிரமப்படணும், முக்கியமானவங்க உள்ளே இருக்காங்க, நீங்க அவங்களைப் போய்ப்பாருங்க. கவர்னர் வரும்போது சபா செகரட்ரியோட நீங்க இங்க இருந்தால் போதும்!” என்றான் மணிகண்டன். அவனுக்கே எரிச்சலாக இருந்தது. முதலில் பிரமுகர்கள் வாயிலில் நுழைகிறபோது தாம் முன்னிருந்து வரவேற்பது நல்லதென்று நினைக்கிறாரோ என நினைத்தான். அப்படி நினைப்பதில் உள்ள நியாயமும் அவனுக்குப் புரியாமலில்லை. ஆனால் இந்தியா மட்டுமல்லாது, ஐரோப்பா, அமெரிக்கா மேடைகளிலும் இந்தியச் சங்கீதத்தின் பெருமையை உலகறியச் செய்துவரும், பத்ம விபூஷன், சங்கீத சாம்ராட் விருதுகளுக்கு உரியவருமான ஓர் இசை சக்கரவர்த்தி கேவலம் வீட்டில் சமையற்காரியாக இருந்த பெண்மணி ஒருத்தியின் வரவுக்காகத் தவிப்பது அநாகரிகமாகப்பட்டது. நாளை யாராவது எதையாவது எழுதிவைத்தால், இது நாள்வரை அவர் சேர்த்துவைத்த பேரும் புகழும் என்ன ஆகுமென யோசித்தபோது கோபம் கோபமாக வந்தது. “சே! எத்தனை பெரிய மனிதர், இப்படியா இருப்பார்? அப்படியொரு அசிங்கம் இருந்தால்கூட அதை வெளியில் காட்டிக்கொள்ளலாமா?” என்றெல்லாம் மணிகண்டன் யோசித்தான். “ஐயாவின் மகனுக்கு இந்தக் கண்றாவியெல்லாம் தெரிந்திருக்குமா? தெரிந்து என்ன செய்வது, பெரிய மனுஷனென்பதால் இதுபோன்ற அசிங்கங்களுக்கு அவர்களும் பழகிக்கொண்டிருப்பார்களோ என்னவோ, யாருக்குத் தெரியும்?” எனத் தலையில் அடித்துக்கொண்டான்.

மணிகண்டன் வார்த்தையை ஏற்று, அரங்கிற்குள் திரும்ப நுழைந்தார். இருபக்க இருக்கைகளுக்கு இடையில் அமைத்திருந்த பாதையில் செருப்புக்கு நோகக்கூடாதென்பது போல நடந்தார். பேச்சைப் பாதியில் நிறுத்தி சிலர் புன்னகைத்தனர். சிலர் எழுந்திருக்க முயன்றனர். அவர்களைத் திரும்பவும் நாற்காலியில் அமரும்படி சைகையால் கேட்டுக்கொண்டார். அவர்கள் பட்டும்படாமல் இருக்கைகளில் அமர்ந்து காட்டிய வித்தையை ரசிக்கும் மனநிலையில் அவரில்லை. மெல்ல நடந்து பிரபல நடிகருக்கு அருகில் காலியாகவிருந்த நாற்காலியில் உட்கார்ந்தார்.

- நான் இரண்டொரு கீர்த்தனைகளைக் கேட்டபிறகு கிளம்பணும். கவர்னர் வந்ததும் நிகழ்ச்சியை ஆரம்பிச்சிடுவீங்க இல்லையா?

“தொடங்கித்தான் ஆகணும்” என்ற இவரின் சுரத்தில்லாத பதிலைக்கேட்டு நடிகர் சங்கீதச் சாம்ராட்டின் முகத்தைப் படிக்க முயன்று தலையைத் திருப்பிக்கொண்டார். இவர் எழுந்து நின்றார், தலையைத் திருப்பி ஐந்தாவது தடவையாக மண்டபத்தைப் பார்த்தார், ஒவ்வொரு தலையாகப் பார்த்தார். காசாம்புவின் தலை தெரியவில்லை. அவளுடைய தலை அசாதாரணமானதொரு தலை. சோளக்கொல்லைப் பொம்மை பானைபோல உடலுக்குப் பொருந்தாத தலை. இழுத்து முடித்த கொண்டை, மாட்டலையும் தோட்டையும் அதிகம் மறைக்காமல் காதை உரசிக்கொண்டிருக்கும். கைப்பிடி அளவு காதுகளிரண்டும், கன்னத்திடம் விவாகரத்து பெற்றவைபோல, ஒதுங்கியிருக்கும். தரையில் குதித்துவிடுவோம் என்பதுபோல கண் இரப்பைகளில் முட்டிக்கொண்டு நிற்கும் விழிவெண்படலங்கள்.

காசாம்புவைத் தவிர அழைத்தவர்கள் எல்லோரும் ஒருவர் பாக்கியின்றி வந்திருக்கிறார்கள்: அரசியல்வாதிகள், நடிகர்கள், தொழிலதிபர்கள், கர்நாடக இசை உலகின் சக்கரவர்த்திகள், சிற்றரசர்கள், ஜமீன்தார்கள், குடிமக்கள். பத்திரிகையாளர்கள், நண்பர்கள், உறவினர்கள் என மொத்தப் பேரும் வந்திருக்கிறார்கள். இன்னும் சற்று நேரத்தில் கவர்னரும் வந்துவிடுவார்.

முப்பது ஆண்டுகளுக்கு முன்பு காசாம்பு இவர்கள் வீட்டுக்கு வேலைக்கு வந்தாள். வீட்டைப் பெருக்கி சுத்தம் செய்வது, ஒழித்து வைத்திருக்கிற பத்துபாத்திரங்களைத் தேய்த்து, கிணற்றடியில் குவிந்திருக்கும் துணிகளையும் சோப்புப் போட்டுத் துவைத்து அலசிக் காயவைத்தபின், போய்விடுவாள். துவைக்கிறவேலை இல்லாத நாட்களில் மார்க்கெட்டிற்குச் சென்று கறிகாய்களையும் வாங்கிவருவாள். சமையலறைக்குள் நுழைய இவருடைய மனைவி உயிரோடு இருந்தவரைஅவளுக்கு அனுமதியில்லை. மகனுக்கு ஐந்து வயது இருக்கையில் காய்ச்சலில் படுத்த மனைவி திடீரென்று இறந்ததும், என்ன செய்வதென்கிற கலக்கம். காரியமெல்லாம் முடிந்ததும், ஆறுதல் கூறிய உறவினர்கள் ஒருவர் பின் ஒருவராக அவரவர் வீடுபோய்ச் சேர்ந்தார்கள். மாமியார் மட்டும் போகாமல் பேரனைக் கவனித்துக்கொள்ள வீட்டில் தங்கினார். அந்த அம்மாள் அழுத கண்ணீரும் சிந்திய மூக்குமாக இருக்க, ஒரு மாதம் கழித்து வந்திருந்த மாமனாருடன் சமாதானம் செய்து அனுப்பிவைத்தார். உறவினர்களும் நண்பர்களும் மறுமணம் செய்துகொள்ள வற்புறுத்தினார்கள். சங்கீதம் ஒன்று போதும் வேறெதுவும் தனக்கு வேண்டாமென்றார்.

ஒரு ஞாயிற்றுக்கிழமை, வழக்கம்போல வேலையை முடித்து வீட்டுக்குக் கிளம்பிய காசாம்புவிடம்:

- உனக்கு சமையல் தெரியுமா? - எனக் கேட்டார்.

அவளிடமிருந்து பதிலில்லை, மாறாக நிலை வாயிற்படியைத் தாண்டி கால்வைக்காமல், திரும்பியவள் வரவேற்பறையைக் கடந்து அடுக்களைக்குள் நுழைந்து அடுத்த ஒரு மணி நேரத்திற்குள் சாம்பார், ரசம், மோர், அவரைக்காய்ப் பொரியல், உருளைக்கிழங்கு வறுவல் என சாப்பாட்டு மேசையில் பரப்பியிருந்தாள். மாமியார் போனதிலிருந்து ஓட்டல் சாப்பாட்டில் அலுத்திருந்தவர், இப்படியொரு விருந்தை எதிர்பார்க்கவில்லை. மகனும் இவருமாக மேசையில் அமர்ந்ததும் காத்திருந்ததுபோல பரிமாறவும் செய்தாள். சோற்றைப் பிசைந்து சிறியதாக உருண்டைபிடித்து மகனுக்கு ஊட்ட முனைந்தபோது,

அவள் முந்திக்கொண்டு ஊட்டவும் செய்தாள். சிறுவன் தேவகுமாரன் முதலில் தயங்கினான். சோற்றை நாவில் புரட்டி உமிழ்நீரோடு மெல்ல ஆரம்பித்தபோது பையன் கண்களில் நீர் கோர்த்து புரை ஏறியது. இவர் தண்ணீர் தம்ளரை எடுக்கச் சென்றபோது தடுத்துப் பையனுக்குத் தண்ணீரைக் கொடுத்து, தலையை இலேசாகத் தட்டி முதுகில் தடவிக்கொடுத்தாள்.

“காரத்தை மட்டும் கொஞ்சம் குறைத்துக்கொள்!” என்றார். அவள் தலையாட்டினாள். இரவுக்கு அன்று பொங்கலையும் தேங்காய்ச் சட்டினியையும் தயாரித்துவைத்துவிட்டு புறப்பட்டபோது, கையெடுத்துக் கும்பிட்டு:

“நான் இசைக்கு வாழ்க்கைப்பட்டிருக்கிறேன், தேசாந்திரி வாழ்க்கை. என் மகனைப் பசியின்றிப் பார்த்துக்கொண்டால் போதும். மற்றதையெல்லாம் என் உதவியாளர்கள் பார்த்துக்கொள்வார்கள்” - என்றதற்கும் அவளிடமிருந்து பதிலாகக் கிடைத்தது தலையாட்டல்தான். மாதத்தில் பதினைந்து நாள்கள் விமானத்தில் பறந்தார். கொழும்பு, இலண்டன், பாரீஸ், நியூயார்க் என கச்சேரி செய்துவிட்டுத் திரும்புவார். மகனின் பிற தேவைகளைக் கவனித்துக்கொள்ள ஆட்கள் இருந்தபோதும், ருசியாய்ச் சமைத்து அவனுடைய வயிற்றுப்பசி தேவையைப் பூர்த்திசெய்தது காசாம்பு.

அந்த நாள் நன்றாக ஞாபகம் இருக்கிறது. அக்டோபர் மாதம். மகன் அவன் பாட்டி வீட்டுக்கு செங்கல்பட்டுவரை போயிருந்தான். வெளியில் மழை கொட்டிக்கொண்டிருந்தது. சென்னை வந்திருந்த மும்பை சபா செகரட்ரி வீட்டிற்கு வந்திருந்தார், அவருடன் சேர்ந்து வழக்கத்திற்கு அதிகமாக மது அருந்தியிருந்தார். நண்பரை வழியனுப்பிவைத்துவிட்டு அமர்ந்தவரை, வெளியில் பெய்த மழையும் தனிமையும் வாட்டியது. இவருடைய நாட்டைக்குறிஞ்சியில் கரைந்துபோகும் ரசிகையைக் கைபேசியில் தொடர்புகொண்டார், கிடைக்கவில்லை. நிதித் துறைச் செயலராக இருக்கும் பெண்மணி ஒருத்தியையும் தெரியும், தொலைபேசியை எடுத்தவள் அமைச்சருடன் தில்லியில் இருப்பதாகத் தெரிவித்தாள். கைபேசியைத் தூக்கி

எறிந்துவிட்டு சோஃபாவில் வெறுப்புடன் அமர்ந்தார். முதுகில் ஈரத்தை உணர்ந்ததும், சன்னற்கதவுகள் மூடப்படாமலிருப்பது ஞாபகத்திற்கு வந்தது. எழுந்து சென்று அதனைச் செய்து முடித்து சோஃபாவில் திரும்ப உட்கார்ந்தபோது, தெருக்கதவு தட்டப்படும் சத்தம். எழுந்து சென்று கதவைத் திறந்தார். வாட்சுமேன் ஏகாம்பரம். காசாம்பு வந்திருக்காங்க, பத்திரிகை கொடுத்துட்டு போகணுமாம் - என்றான். ஏகாம்பரத்தின் முதுகுத் திரையை விலக்கியவளாக வெளிப்பட்ட காசாம்புவை உள்ளே வர தலையாட்டிவிட்டுக் கதவைச் சாத்தினார். நூல்புடைவையின் உட்காருமிடத்தில் நிறம் மங்கியும், முந்தானையில் எண்ணெய்ப் பிசுக்குமாக பார்த்துப் பழகிய காசாம்பு இல்லை. குங்கும நிறத்தில் ஒரு ஜார்ஜெட் புடைவை, அதற்குப் பொருத்தமாக ஒரு இரவிக்கை, அவளுடைய பெரிய தலையில் தாழம்பூ கலந்த கனகாம்பரம், நெற்றியில் ஒரு சிவப்புப் பொட்டு. பிரமிப்புடன் பார்த்துக்கொண்டிருந்தார்.

கைப்பையிலிருந்து ஒரு சிறிய தாம்பாளத்தட்டை எடுத்தாள். அதே பையிலிருந்து, ஒரு சீப்பு வாழைப்பழத்தையும் வெத்திலை பாக்கு, தேங்காயையும் இறுதியாக உறையுடன் ஒரு திருமண அழைப்பிதழையும், அதில் வைத்து நீட்டியபடி:

“மகனுக்குக் கல்யாணம் குதிர்ஞ்சிடுச்சி, அண்ணன் மவதான். பொறுமையா முடிக்கலாம்னு இருந்தோம். சின்னஞ்சிறிசுக அவசரப்பட்டுட்டாங்க. வடபழனியிலே வச்சிருக்கோம்” என ஒரேமூச்சில் சொல்லி முடித்தாள்.

அவளுடைய இருபது ஆண்டுகால வேலையில் இரண்டு வாக்கியம் முழுதாக அவள் பேசிக் கேட்க நேர்ந்தது அன்றைக்குத்தான். ஜண்டைவரிசைபோல ஒப்பித்தவற்றை அவள் உடல் மீது படிந்திருந்த கண்களை அகற்றாமல் கேட்டுக்கொண்டவர்:

“உள்ளே போ! டவல் ஏதாவது கிடக்கும் தலையைத் துவட்டிக்கோ!” என்றார்.

“இன்னும் இரண்டு வீடுகள்தான், அதை முடிச்சுட்டா வீட்டுக்குத்

திரும்பிடுவன், பிரச்சினையில்லை. நீங்க பத்திரிகையை எடுத்துக்கொண்டு என்னை அனுப்பணும்!" - இவருடைய முகத்தைப் பார்க்காமல் அவளிடமிருந்து வார்த்தைகள் வந்தன.

அவசரத்தைப் புரிந்துகொண்டவர் போல அவளுடைய மணிக்கட்டைப் பற்றினார். இவர் முகத்தைப் பார்க்காமலேயே காசாம்பு, பிடித்த அவருடைய கையை மெல்ல விலக்கினாள். தொடர்ந்து அழைப்பிதழையும் பிற பொருட்களையும் அங்கிருந்த சிறு கூடையில் எந்திரகதியில் வைத்தபின், கதவைத் திறந்துகொண்டு போனவள்தான், திரும்ப வரவில்லை. அழைப்பிதழுக்கு மரியாதை கொடுத்து அவள் மகன் கல்யாணத்திற்குப் போயிருக்கவேண்டும். காசாம்புவின் முகத்தைப் பார்க்க இவருக்குத் தயக்கமாக இருந்தது. போகவில்லை.

சம்பவம் நடந்து ஐந்து ஆண்டுகள் கழிந்திருந்தன. இவருடைய மகனுக்கு இசை அரங்கேற்றம். காசாம்புவை கூப்பிட வேண்டிய நியாயம் இருந்தது. அழைப்பிதழை மூன்றாவது நபரிடம் கொடுத்தனுப்புவதும் சரியல்ல என நினைத்து, கார் போக முடியாத சந்தில், அரை கிலோமீட்டருக்கு முன்பாக காரை நிறுத்திவிட்டு, சாரதி தடுத்தும் பிடிவாதமாக காசாம்புவை நேரில் சந்தித்து அழைப்பிதழைக் கொடுத்திருந்தார்.

மெல்ல நடந்து சபா வாயிற்பகுதிக்கு வந்தார். நுழைவாயிலையொட்டி அரங்கிற்குள் விருந்தினர்களை வரவேற்க ஏதுவாக சிறிய கூடம். மேசைபோட்டு வெள்ளித் தட்டுகளில் ரோஜாப் பூக்கள், பன்னீர்ச் செம்பு, சந்தனக் கிண்ணம், குங்குமப் பரணி சகிதம் காத்திருந்த பெண்கள், தங்கள் பணியை மட்டுமல்ல, தங்கள் செயற்கை முறுவலையும் பேசிவைத்துக்கொண்டதுபோல சட்டென்று நிறுத்திக்கொண்டு இவரைப் பார்த்தனர். அவர்களில் ஒருத்தி, தலையில் மல்லிகையோடு இரண்டு ரோஜாக்களும் இருந்தால் அழகுதானே என்று நினைத்து எடுத்துச் செருகியிருந்தாள். இவரைக் கண்டதும் சட்டென்று அவற்றை எடுத்து கைப்பிடியில் மறைக்க முயன்றாள். அருகிலிருந்த மற்றொருத்தி வாயைமூடி

கமுக்கமாகச் சிரிக்கவும், இவர் அவர்களைப் பார்க்காதவர்போல வாயிலைக் கடந்து வெளியில் வந்தார்.

இரு சக்கர வாகனத்திலும், காரிலுமாக அழைத்தவர்கள் வந்து இறங்கிக்கொண்டிருந்தார்கள். அரைமணி நேரத்திற்கு முன்பாகப் பார்த்த காவல்துறை உயர் அதிகாரி இடைக்கிடை கசங்கிய கர்ச்சீப் ஒன்றால் கழுத்தையும் முகத்தையும் அழுந்த துடைத்தபடி இன்னமும் பெட்டிக்கடையில் புகைத்துக்கொண்டு நிற்கிறார். இவரைப் பார்க்கவில்லை, பார்த்திருந்தால் சிகரெட்டை அணைக்காமல் தூக்கி எரிந்திருப்பார். சற்றுமுன் அப்படித்தான் செய்தார். சற்றுத் தள்ளி கும்பலாக ஒரு இன்ஸ்பெக்டரும் காவலர்களும். எல்லோருமே கவர்னருக்காகக் காத்திருக்கிறார்கள், அவர் வந்துபோனதும் கரைந்துவிடுவார்கள். சாலையில் பேருந்துகளும், சரக்கு வாகனங்களும், இரு சக்கர வாகனங்களும் மனிதர்களும் இவரைப் பற்றிய பிரக்ஞையின்றி கடந்துபோகிறார்கள். சபாவிற்குள் திரும்ப நுழைந்தவர் மணிகண்டனை அழைத்தார்:

- துக்கடாவில் குறையொன்றுமில்லையைச் சேர்க்கவேண்டாம்னு என் மகனிடம் சொல்லிடு என்றார்.

4. ஒரு வண்ணத்துப்பூச்சியின் காத்திருப்பு

காத்திருக்கிறேன். ஆவல், அச்சம், சடங்கு, சங்கடம், எதிர்பார்ப்பு, பதற்றம் என்ற பல முகத்திற்குரிய காத்திருப்பில், எந்த ஒன்று எனது முகத்திற்குப் பொருந்தும் எனபது பற்றிய அக்கறை இன்றிக் காத்திருக்கிறேன்.

கடும் வெயிலில் நிழல் சில்லுபோலவும், முன்னிரவில் தடித்த தொரு கரும்புள்ளிபோலவும் காட்சிதரினும் பல வேளைகளில் கருநீல இறக்கைகளும், பொன்வண்டு கண்களும், மிளகளவு தலையில் உறிஞ்சுகுழலும், உணர்வுக்கொம்புகளுமாக இரண்டொரு கிழமைகளில் ஆயுள் முடியவிருக்கும் எனக்குக் காத்திருக்கும் இத்தருணம் முக்கியமானது. காலை கண்விழித்ததிலிருந்து, வெக்கை படர்ந்திருக்கும் மாலையின் இப்பகுதிவரை இடைக்கிடை வயிற்றுப்பசிக்குப் பறந்து அலுத்து, அது மீண்டும் நடக்காதாவென்று சில நாட்களாகவே காத்திருக்கிறேன், இம்முறை அது 30 நிமிடங்களுக்கு மேல் கடந்துவிட்டது என்பதால் கூடுதலாகப் பதற்றமும் அச்சமும். சற்றுதூரத்தில் நகராட்சியின் நீளமான மர இருக்கையில் அமர்ந்து தொணதொணவென்று ஓய்வின்றி முதுமையை உரசும் வயதில் தம்பதியர் இருவர் பேச ஆரம்பித்த கணத்திலிருந்து

என்று தோராயமாகத் தெரிவிக்க முடியும். சூரியன் மேற்கை நெருங்க நெருங்க அச்சமும் கவலையும் சேர்ந்துகொள்ள எனது இறக்கைகள் ஒன்றோடொன்று ஒட்டிப் பிரிகின்றன, உடல் நடுங்குகிறது.

கடந்த சில நாட்களைப்போலவே, இன்றும் இவ்விடத்தில் வேறு வண்ணத்துப்பூச்சிகள் இல்லை. இதுபோன்ற வேளைகளில் இதே இடத்தில் என்னைப்போலவே பல வண்ணத்துப் பூச்சிகள் காலை தொடங்கி இருள் சூழும்வரை மரமல்லிப் பூக்கள் போதாதென்று பிற பூக்களைத்தேடிப் பறந்திருக்கலாம். அவற்றைக் கண்ட மகிழ்ச்சியில், இருக்கையை இதழ்களில் காலூன்றி உறுதிப்படுத்திக்கொண்டு பிற உயிர்களின் நடமாட்டம், எழுப்பும் அரவம் போன்றவைகுறித்த கவலையின்றி, தமது காரியத்தில் அவை கவனமாக இருந்திருக்கலாம், தேனுண்டு மகிழ்ந்திருக்கலாம். மாறாக அதுபோன்ற எதுவும் தற்போதில்லை என ஆகிவிட்டது. இங்கு வந்த நாள்முதல் எங்கு சென்றாலும் ஒற்றையாக இருப்பதை உணர முடிகிறது. கடந்த சில நாட்களுக்கு முன்பு என் சுற்றத்தாருக்கு நேர்ந்தது இங்கும் நேர்ந்திருக்குமோ?

போன கிழமை முழுவதும் பூங்காவின் மேற்குப் பகுதியில் வாழ்க்கை. வயிற்றுக்கு எவ்விதக் குறையுமின்றிப் பொழுதுகள் கழிந்தன. பெற்றோர், சுற்றத்தார், உடன்பிறந்தார் என்று கூடிவாழ்ந்த காலம் அது. எனது சகோதரிகளில் ஒருத்தி ஒரு நாள் புதிர் போட்டுப் பேசினாள். வயிற்றுக்காக பூக்களைத் தேடிப்பறப்பதும், இனவிருத்திக்காக ஆண் வண்ணத்துப்பூச்சிகளைக் கூடுவதும் என்ற இந்த வாழ்க்கை அலுக்கவில்லையா? எனத் தொடங்கினாள். நமது வாழ்க்கையில் கடந்த சில நாட்களாகக் குறுக்கிடாத அந்தச் சம்பவம் குறித்த கவலைகள் உங்களுக்கில்லையா? என அவள் கேட்க நாங்கள் ஒருவரையொருவர் பார்த்துக்கொண்டு புரியவில்லை என்பதாய்த் தலையை ஆட்டினோம். யோசித்துப்பாருங்கள் மண்டூகங்களா எனத் தலையிலடித்துக்கொண்டு பறந்து சென்றாள். அதற்கான காரணத்தைத் தெரிவிப்பாள் என்று காத்திருந்த நேரத்தில்தான் அது நிகழ்ந்தது. நகராட்சி

ஊழியர் எதையோ முதுகில் சுமந்துவந்து பீய்ச்ச அடுத்த சில நிமிடங்களில் அவ்வளவுபேரும் அவரவர் அமர்ந்திருந்த இடத்தில் பூவிதழ்களைப்போல இறக்கைகள் உதிர்ந்து எலிப்புழுக்கைகளாக உறைந்து கிடந்தார்கள். நான் மட்டும் உயிர்தப்பினேன்.

சுற்றத்தை இழந்து தனித்திருந்த உயிர் வாழ்க்கைச் சுற்றில் இரண்டாம் நாள் முதன்முதலாக அச் சம்பவம் நிகழ்ந்தது. சூரியகாந்தி பூவொன்றில் அமர்ந்து பசி ஆறிக்கொண்டிருந்த வேளை, சேர்ந்திருந்த எனது இறக்கைகள் இரண்டிலும் மெத்தென்ற அழுத்தம். இரு பிஞ்சு விரல்க்ளின் பிடியில் சிக்கியிருந்தேன். நெஞ்சு தடதடவென அடித்துக்கொள்கிறது. வயிறு பெருத்து சுருங்குகிறது. ஆணுடல் ஒன்றுடன் கட்டுண்டு கிடக்கிற அதே அனுபவம். தலைச்சுற்றல். கிறக்கம். அனைத்துமே நீடித்த கணம் என்பது ஓரிரு நிமிடங்கள். இறக்கைகளின் இறுக்கம் தளர்ந்ததை உணர்ந்த மறுநொடி மெலிதாக ஒரு கைதட்டல். சலங்கை குலுங்குவதுபோல ஒரு சிரிப்பு. திரும்பினேன், சிறுமியொருத்தியை அவள் தாயென்று நினைக்கிறேன், முதுகில் தட்டி கணுக்கையை இறுகப்பற்றி இழுத்துச் செல்கிறாள். நீர் கோர்த்த கண்களுடன் தயங்கியபடி சிறுமி என்னைப் பார்க்கிறாள். அப் பார்வை, பெற்றவள் அவளை விசுக்கென்று தூக்கி இடுப்பில் வைத்துக்கொண்டபோதும் தொடர்கிறது. ஏமாற்றத்துடன் திரும்பிப் பறந்து அருகிலிருந்த குத்துச் செடியில் அமர்ந்தேன். “நமது வாழ்க்கையில் கடந்த சில நாட்களாக குறுக்கிடாத அந்தச் சம்பவம் குறித்த கவலைகள் உங்களுக்கில்லையா?” என சில நாட்களுக்கு முன்பு என் சகோதரி கேட்டது நினைவுக்கு வந்தது.

சிறுகுழந்தையின் தீண்டல் ஓர் ஆண் வண்ணத்துப்பூச்சியுடனான சேர்க்கையைக் காட்டிலும் கூடுதல் இன்பம் தரக்கூடியதென்பதை என் உடல் உணர்த்திய அக் கணத்தில்தான், சிறுவருக்கான விளையாட்டுத் திடலொன்று கண்ணிற்பட்டது. அருகில் சிறியதொரு நீர் நிலை, மத்தியில் எதிரெதிர்க் கரைகளை இணைப்பது போல படிகள், பெண்ணொருத்தி குடத்தை சாய்த்துப் பிடித்திருப்பதுபோல ஒரு சுதை உருவம் நீர் நிலையை

ஒட்டி நாதசுவர அணைசுபோல கொத்துக் கொத்தாய்ப் பூத்திருக்கும் மரமல்லி, விரல்விரலாய் இதழ்கள் சுண்டி இழுக்கும் மணம், மரத்தைச் சுற்றிப் பராமரிப்பிற்குத் தப்பிய அல்லது பராமரிப்பை அறியாத தான்தோன்றித்தனமாக வளர்ந்து, மண்டிக்கிடக்கும் கோரைகள், குத்துச்செடிகள், பச்சையும் மஞ்சளுமாய் அருகம்புற்கள். தாமதிக்காமல் குடிபெயர்ந்துவிட்டேன்.

அன்று ஜூன் மாத இறுதி நாளொன்றின் பிற்பகல். மாலை முடிந்திருந்தது. ஆனாலும் இரவு வெகுதூரத்திலிருந்தது. வெக்கை அதன் உச்சத்தைத் தொட்டு தணிந்திருந்த நேரம். மெலிதான காற்று அவ்வப்போது இலைகளை அசைத்துப்பார்க்க போதுமானது என்பதைப்போலவே என்னையும் சில கணங்கள் அமைதியாக இருக்கவிடாமல் எழுந்தலையச் செய்தது. உணர்வுக்குழல்களில் ஒட்டிக்கிடந்த மகரந்தத்தை இரண்டொரு முறை ஒன்றோடொன்று தேய்த்து உதிர்த்து மேல் எழுந்து திரும்பவும் புதரில் நீண்டு முன்பக்கமாக வளைந்திருந்த கொம்பொன்றில் அமர்ந்து அக்கம்பக்கத்தில் கவனத்தைச் செலுத்தினேன்.

அண்மையில் மணமுடித்திருக்கவேண்டும்(?). இரட்டையராகப் பிறந்து உடல் ஒட்டிவாழ சபிக்கப்பட்டவர்களைப்போல- ஒரு ஜோடி கடந்து சென்றது. ஆண், பெண்ணிடம் ஏதோ கூற காலதாமதமாக அதன் பொருளை உணர்ந்தவள் போல, உதட்டை ஓர் மலர்ந்த பூப்போல பிரித்து நிறுத்தி புருவத்தை உயர்த்தி 'ஓ' என்றாள். அவன் தலையில் குட்டுவதுபோல எடுத்துச் சென்ற கையைப் பின்வாங்கி, அவன் தோளைத் தொட்டுத் தள்ளுவது போல பாவம் காட்டிச் சிணுங்கினாள். அவர்கள் சென்ற கால்மணி நேரத்திற்குப் பிறகு நான்கு பையன்கள், முகத்தில் மண்டிக்கிடந்த தாடியைவைத்து இளைஞர்களென ஊகிக்க வேண்டியிருந்தது. ஒருவன் கைக்குட்டையை முக்கோணமாக நெற்றிப்பொட்டை மறைத்து தலையில் கட்டி இருந்தான். மற்ற மூவரும் அதனையே முன்கையில் மணிக்கட்டை ஒட்டிச் சுற்றியிருந்தனர். சற்று முன்பு மது அருந்தி இருக்கவேண்டும், சென்னை திரும்பும் அவசரமில்லை என்பதுபோல பூங்காவிற்குள்

நுழைந்திருக்கிறார்கள், ஆயி மண்டபத்தில் பார்வை இருந்தது. ஆபாசமாக எதையோ கூற நண்பர்கள் கைதட்டி உரத்துச் சிரிக்கிறார்கள். ஓர் ஐரோப்பியர், நாயை இழுத்துக்கொண்டு சைக்கிளில் சென்றார். எனது கவலையெல்லாம் சறுக்கு மரம், ராட்டினமென்று மும்முரமாக விளையாட்டில் ஈடுபட்டிருக்கும் சிறுவர் சிறுமியரில் ஒருவராவது தங்கள் கவனத்தை என்பக்கம் திருப்பமாட்டார்களா என்பதைப் பற்றியதாக இருந்தது.

மனதைத் தேற்றிக்கொண்டு நம்பிக்கையைத் தளரவிடாமல் கவனத்தைத் தற்போது மரத்தாலான நீள் இருக்கையொன்றில் சுவாரஸ்யமாக உரையாடிக்கொண்டிருந்த பெண்மணிகள் பக்கம் திருப்பினேன். வயது ஐம்பதுக்கு மேல் இருக்கலாம். விளையாடும் சிறுவர்கள் கூட்டத்தில் அவர்களுடைய பேரனோ பேர்த்தியோ இருக்கலாம். எதைப்பற்றிப் பேசுவார்கள். சாமர்த்தியமற்ற மருமகள், மோசமான வேலைக்காரி, தராசை சரியாகப் பிடிக்காத காய்கறிக்காரன், சாப்பிட்ட இலையைத் தங்கள் வீடுமுன்பாகப் போடும் அண்டைவீட்டுக்காரி, முன்னாள் ஊழியை என்பதை ஏற்கமறுக்கும் அலுவலகம், அன்றைய தினம் பார்த்திருந்த தொலைக்காட்சித் தொடர்கள், இரண்டு நாட்களுக்கு முன்பாக அண்டைவீட்டுக்காரன் மகளை பீச்சில் எவனுடனோ பார்த்தது, ஆக பேசுவதற்கு நிறைய இருக்கின்றன. பேச்சின் சுவாரஸ்யத்திலும் என்னைக் கடந்து, இருவரில் ஒரு பெண்மணியின் பார்வை, சன்னற் கதவுகளைப் படாரென்று திறந்து எட்டிப்பார்ப்பதைப்போல, சட்டென்று விளையாட்டில் தீவிரமாக இருக்கும் பிள்ளைகளிடம் சென்றது.

- டேய் செல்லக்குட்டி போகலாமா?

பெண்மணியால் செல்லக்குட்டி என்றழைக்கப்பட்ட அந்தச் சிறுவன் அல்லது சிறுமி அக்கூட்டத்தில் யாராக இருக்கும் எனத் தெரிந்துகொள்ளும் ஆவல்.

- ஆயா! இன்னும் கொஞ்ச நேரம் விளையாடிட்டு வரட்டா? வாயைத் திறந்தது ஒரு சிறுமி.

- நான் செல்லங்குடுத்து உன்னைக் கெடுத்துட்டன்னு ஓங்கம்மா

சொல்றாளாம். ரமேஷ் பாட்டி, இப்பத்தான் கதைகதையா சொன்னாங்க. ஓங்கப்பன் சரியா இருந்தா எனக்கு ஏன் இந்தக் கதி. கிளம்பு கிளம்பு.

விருப்பமின்றி விளையாட்டு நண்பர்களைப் பிரிந்துவந்து சிறுமி பாட்டியின் கையைப் பிடித்த மறுகணம் தற்செயலாகத் திரும்புகிறாள். என்னைச் சிறிது நேரம் உற்றுப்பார்க்கிறாள். மடல்கள் உயர, விழிவெண்படலம் வியப்பில் நிரம்புகிறது. அவள் கண்மயிர் எனது இறக்கைகள் போலவே இரண்டொருமுறை படபடத்து அடங்குகின்றன. பிடித்திருந்த பாட்டியின் கையை உதறிவிட்டு என்னிடம் ஓடிவருகிறாள். நான் அசையவில்லை. வட்டமான முகம், பாப் வெட்டப்பட்ட தலைமுடி; முன் தலையின் மயிர்க்கால்கள், நெற்றி, காதோரம், முன் கழுத்தின் இறக்கம், எங்கும் நிறமற்ற வியர்வையின் தடம். இத்தருணத்திற்காகத்தானே கடந்த ஒரு கிழமையாகக் காத்திருக்கிறேன். நின்று என்னை தன் கண்களால் படம் பிடிக்க நினைத்தவளைப் போல சிறுமி பார்க்கிறாள். நான்கைந்து வயதிருக்கவேண்டும். விழி மடல்களிரண்டும் சுருங்கிப் புருவத்துடன் ஒட்டிக்கொள்ள குறுகுறுவென்று கண்மணிகளை அசைக்காமல் என்னை நோக்கிச் சிரிக்கிறாள். அவளுடைய அடுத்தகட்ட நகர்வுக்கு இணக்கம் தெரிவிப்பதுபோல இறக்கைகளைத் திரும்பத் திரும்ப ஒட்டிப் பிரிக்கிறேன். இறக்கைகளை மட்டும் அசைத்து, அச்சமின்றி அந்த இடத்தைவிட்டு அகலாமல் இருந்த என் இருப்பு, சிறுமிக்குத் தைரியத்தை அளித்திருக்கவேண்டும். வலதுகையைத் தாமரை மொக்குபோல குவித்து, ஆள்காட்டி விரலையும் கட்டை விரலையும் அதிலிருந்து பிரித்து குறடுபோல குறுக்கிக்கொண்டு என்னை நெருங்கினாள். சிறுமியின் செயலுக்கு இசைவாகத் திரும்பி பக்கவாட்டில் உட்கார்ந்தேன்.

- பட்டாம்பூச்சியைப் பிடித்து விளையாட இது நேரமில்லை, மணி ஆறுக்கு மேலாகிறது, வா வா!

- கொஞ்சம் பொறு ஆயா.

- சொன்னா கேட்கணும் அடுத்த முறை வரும்போது பிடிச்சுக்கலாம், எங்கியும் போவாது. இங்கதான் எங்கனாச்சும் பறந்துகிட்டு இருக்கும்.

பெண்மணி கூறிக்கொண்டிருக்கும்போதே குழந்தையின் விரலிரண்டும் என் இறக்கைகளை ஒன்றுசேர்த்து அழுந்த பிடித்து பின்பு தளர்ந்தன. கால்கள் பின்வாங்கி விலகி, பெண்மணியின் புடவையை ஒட்டி நிற்கின்றன. என்னைத் திரும்பிப் பார்த்த சிறுமி தன் பாட்டியிடம்:

அடுத்தமுறை நேரா இங்கத்தான் கூட்டிக்கிட்டு வரணும், எனக்கு பட்டாம்பூச்சியைப் பிடிச்சுவிளையாடணும், என்ற குழந்தையின் வேண்டுகோளுக்கு,

அதற்கென்ன கண்ணு வந்தாபோச்சு, என பாட்டி பாசாங்காக உறுதியளித்தார்.

5. ஓட்டை உடைசல்கள்

ஓட்டை உடைசல்களை எதற்காக வைத்திருப்பது?

கடந்த ஒரு மாதமாக மண்டையைக் குடையும் கேள்வி? நடு நிசிக்குப் பிந்தைய நேரம். தலையில் ஆக்டோபஸ் விலங்கு ஆழ்கடலில் இரைதேடி அலைவதைப்போல அக்கேள்வி. அதன் உறிஞ்சுகுழல்கள் கிளறிய மண் துகள்போல அலை அலையாகக் குழப்பங்கள். நேரத்தை அனுசரிப்பதில் சில ஒழுங்கீனங்கள் இருப்பினும் மின்னணுபோலத் தலையில் தொடர்ந்து வட்டமிடும் கேள்வி. அதன் பதில்களாகக் கொப்பளித்துப் பரவும் நினைவுகளும் விழிப்பும் ஒரு மாதமாகத் தொடர்பவை. அலுப்பாக இருந்தது. இனி உறக்கம் வராது. எழுந்து உட்கார்ந்தார். சில நிமிடங்கள் மௌனத்தில் கழிந்தன. தலைக்குள் *"இறங்கிநட!"* என்றொரு குரல். கட்டிலிலிருந்து இறங்கினார். நடந்தார். கூடத்திற்கு வந்தார். ஒரு கடமைபோல இமைகளை அதிகம் பிரிக்காத எதனுடனும் ஒட்டாத பார்வையை நான்கு பக்கமும் ஓடவிட்டார். இவை ஒன்றோடொன்று தொடர்புடையவை போலத் தோற்றம் தரினும் இயல்பில் சுதந்திரமானவை. கையில் பிடித்திருந்த தாளை ஏற்கனவே பலமுறை வாசித்திருந்தார்.

★ ★ ★

ஆப்பிரம்பட்டு
15.9.2019

அன்புள்ள ஐயா

நான் இந்த ஊர் அஞ்சல் ஊழியன். கடந்த பதினைந்து நாட்களாக விநியோகிக்கப்படாமல் இருந்த இக்கடிதத்தை உங்களுக்கு நியாயமாகத் திருப்பி அனுப்பி இருக்கவேண்டும். நீங்கள் முகவரியில் குறிப்பிட்டிருந்த சின்னசாமி உறவினர் என்பதாலும், எங்கள் அஞ்சலகத்திற்கு வந்த முதல் வெளிநாட்டுக் கடிதம் என்பதாலும் ஆர்வக் கோளாறினால் பிரித்துப் பார்க்கவேண்டியிருந்தது. நீங்கள் சினேகிதன் எனக் குறிப்பிட்ட சின்னசாமி பல மாதங்களாக ஊரில் இல்லை. நான் அவருடைய தம்பி வயிற்றுப்பேரன். அவர் பிள்ளைகள் இரண்டுபேரும் சென்னைக்குக் குடிபோன பிறகு, அவர் மனைவியுடன் ஊரில் இருந்தார். ஆறு மாதத்திற்கு முன்பு அவர் மனைவி இறந்துபோனார். அதன்பின்னர் கிராமத்தைவிட்டு எங்கும் போகமாட்டேன் என்று இருந்தவரை பிள்ளைகள் இரண்டுபேரும் வலுக்கட்டாயமாகச் சென்னைக்கு அழைத்துப்போனார்கள். தற்போதைய தகவலின்படி அவர் அங்கும் இல்லை. வேறு தகவல்வேண்டின் எனது முகவரிக்கு எழுதவும்.

உண்மையுள்ள
சா.கோவிந்தராசு.

★ ★ ★

வாசித்து முடித்து, விட்ட பெருமூச்சில் கையிலிருந்த தாள் படபடத்துக் கைநழுவியது. காகிதத்தைத் தொடர்ந்த பார்வையைக் குழப்பத்துடன் விலக்கிக்கொண்டு நடந்தார். வரவேற்புக் கூட சோஃபாவில் உட்கார்ந்து தலைக்குப் பின்புறம் கோர்த்த கைகளில் தலையைச் சாய்த்து உட்கூரை ஒட்டடையில் ஊசலாடிய சிலந்திமீது கண்களை நிறுத்தினார். 30 ஆண்டுகள் அந்நியனாக வாழ்ந்திருக்கிறார். முத்தெடுக்க ஆழ்கடலில்

குதித்த வாழ்க்கை. நீந்திக் களைப்பதும், பிராணவாயுக்காக நீரின் மேற்பரப்பிற்கு வருவதும், மீண்டும் சிப்பிகளைத் தேடி மூழ்குவதும் என்று பழகிக்கொண்டது.. முரண்பட்ட வாழ்க்கையை ஏற்று, சிரித்து, அழுது, அலுத்தபின் ஊர் ஞாபகம் வந்தது. பள்ளித்தோழன் சின்னச்சாமி ஞாபகத்திற்கு வந்தான். ஒரு கடிதத்தையும் நம்பிக்கையின்றி எழுதினார்.

உட்கூரையில் ஊசலாடிய சிலந்தி தரையில் விழுந்தது. இவர் பார்வையும் கீழே விழுந்தது. நேற்றைய இரவு உணவுக்குப்பிறகு மேசைமீது அகற்றப்படாமல் உள்ள தட்டு, எஞ்சிய இறைச்சி, தின்று முடிக்காத ரொட்டித் துண்டு, ஒயின் பாட்டில், காலிக் கண்ணாடிக் குவளை; வரவேற்புக் கூடத்தின் ஆண்டுகள் பலவாகப் போட்டது போட்டபடி கிடக்கும் தளவாடங்கள்; இண்டு இடுக்குகளில் நூலாம்படைகள்; அதிகம் கூட்டிப்பெருக்காததால் படிந்திருக்கும் தூசி தும்புகள்; சன்னற் கதவோர வாகனப் புழுதி என மேய்ந்த கண்கள், தலைக்குப் பின் கோர்த்திருந்த கைகளை விலக்கிக்கொண்டன. கால்களைப் பிணைத்து நீட்டி ஜீவனற்ற மனிதக் கூடுபோல, இருக்கையில் உடலைச் சாய்த்தார். மின்சார விளக்கைப் போடாமல் இருளின் ஒரு துண்டாய் கண்ணயர்ந்த சில நிமிடங்களில் குறட்டை விட்டு உறங்கினார்.

வீட்டில் ஜீவன் என்று சொல்ல இவர் ஒருவர்தான். கோடைநாட்களில் எப்போதேனும் திறந்திருக்கும் சன்னற் கதவுகள் வழியாக ஒன்றிரண்டு தேனீக்களின் அத்துமீறலுண்டு. அவற்றைத் துரத்த முயற்சித்தவர் இல்லை. சமையல் அறை மேசை மீதோ, கப்போர்டு கதவுகள் மீதோ ஆப்பிள் விதையொத்த அவற்றின் பெரிய இரு கண்களும் அசைவின்றி இருப்பதைச் சிறு குழந்தைபோல ஆர்வத்துடன் வெகுநேரம் பார்ப்பதுண்டு. மற்ற நேரங்களில் உணவுக்கான நேரங்கள் போகத் துணை, தொலைக்காட்சிப் பெட்டி. இரவா பகலா? எந்த நாள்? நேரம் என்ன? என்கிற தேடல்கள் இல்லை.

ஓடி இருக்கிறார். உட்கார்ந்திருக்கிறார். உரையாடி இருக்கிறார். சிரித்திருக்கிறார். அழுதிருக்கிறார். அடிவாங்கி இருக்கிறார்.

அடித்திருக்கிறார். ருசித்திருக்கிறார். உறங்கியிருக்கிறார். புணர்ந்திருக்கிறார். அவற்றில் பலவினைகள் தற்போது உபயோகத்தில் இல்லை. உயிர் வாழ்க்கையில் சந்திக்க நேர்ந்த மனிதர் கூட்டம்: உறவினர்கள், அண்டை வீட்டு நண்பர்கள், தெரு மனிதர்கள், ஊர்க்காரர்கள், பள்ளி, கல்லூரி, அலுவலக நண்பர்கள், சுப அசுபகாரியங்களில், ஊர்த்திருவிழாவில், பயணங்களில், கடைகள் பொதுவெளிகளில் சந்தித்தவர்கள் எனப் பலரும் இல்லை, இறந்தகாலத்தில் கரைந்திருந்தனர். இன்று அவருடைய மனிதர்கள், சுரத்தின்றி மனதைக் கிளறும்போதெல்லாம் கிடைத்த சில்லுகள், எதிரில் நமுட்டுச் சிரிப்புடன் தொலைக்காட்சித் திரை. கையிற் கிடைத்த ரிமோட்டைத் தூக்கி வீசினார். பிளாஸ்மா உடைந்து பொலபொலவென்று கொட்டியது.

பெயர் இராமனாதன், இந்தியர், வயது 65. மாநிறம். மெலிந்த உடல், மணவிலக்குப் பெற்றவர். சர்க்கரை, காசநோய் இரண்டுமுண்டு. ஒரு மகன். பாரீஸின் புறநகரொன்றில் வீடு. வயதளித்த முதுமையும் அதன் அடிவயிற்றில் ஒட்டிக்கிடக்கும் அவலங்களும் குறிப்பாகக் கொத்தாமல் போவதில்லையென ஒளிந்திருக்கும் மரணமும் அவர் வெறுப்பவை. முதுமை என்றில்லை, கடந்த முப்பது ஆண்டுகாலமாக தான் வாழ்ந்துகொண்டிருக்கிற நாட்டின் பனிக்காலம், அழும் வானம், கடுங்குளிர், உறைந்த மேகங்கள், பட்சிகளற்ற மரங்கள், உதிரும் பழுத்த இலைகள், இறுக்கமான மனித முகங்கள், அடைத்திருக்கும் வீடுகள், இரவல் மொழி, உடன்பாடற்ற பண்பாட்டுடன் சமரசம் என்று அவர் விரும்பாதவை அதிகம்.

எவ்வளவு நேரம் கண்ணயர்ந்திருப்பார் என்று தெரியாது. இரவா பகலா என்று தெரிந்துகொள்ள சன்னல்களின் ஷட்டர்களை உயர்த்தவேண்டும். தெரிந்துகொள்ள அவசியமில்லை என்பதுபோல தமது படுக்கை அறைக்குத் திரும்பினார். அலமாரியைத் திறந்தார். இவரது உடல்வாசனையை இவரே நுகர்வதுபோல இருந்தது. “பால்வாடை அடிக்கிறது, இனி, இரவில் குளிக்காமல் என்பக்கத்தில் படுக்காதீர்கள்”

என்று ஒருமுறை மனைவி இட்ட கட்டளை நினைவில் குறுக்கிட்டது. முகத்தில் அறைவதுபோல் சொற்களை உபயோகிப்பாள். மறுபேச்சின்றிக் குளியலறைக்குச் சென்று ஒரு முறைக்கு இருமுறை சோப்புபோட்டு அன்று குளித்தார். அவள் அருகில் அன்று படுக்கவில்லை. அடுத்த அறையைத் தேடிப்போனார். அதற்குப்பிறகு அவளுடன் படுக்கையைப் பகிர்ந்துகொண்டதில்லை.

காதல் திருமணம். அவள் போர்ச்சுக்கீசியப் பெண்மணி. மனைவிக்கு ஆடையைப்போல வீடு, வாகனம், தொலைபேசி, சாப்பிடும் மேசை, பரிமாறும் தட்டுகள், கத்தி முள் கரண்டிகள், கட்டில் அலமாரிகள், விரிப்புகள் சன்னல் திரைகள் எல்லாமே உரிய காலத்தில் புதுப்பிக்கப்படவேண்டும். அப்படித்தான் இராமநாதன் என்ற கணவனை அவர்களுடைய திருமணம் முடித்த இருபதாவது வருடத்தில் தூக்கி எறிந்துவிட்டுப் புதிய கணவனைத் தேடிக்கொண்டாள்.

இராமநாதனின் குணம் வேறு. ஓட்டை உடைசல்களைக்கூட எறிய மனம் வராது. பார்த்து, விரும்பி, தேவையெனில் தொட்டு, ஒருமுறைக்கு இருமுறை யோசித்துத் தனக்குப் பொருந்திவரும் என முடிவுசெய்து வாங்கிய பொருட்களை, பயன்பாடுதோறும் அவரை மகிழ்வித்தவற்றை, அவற்றின் வயதுகாரணமாக காலத்திற்குப் பொருந்தாதவை, உபயோகமற்றவை, பழையவை, புதுப்பிக்க வேண்டியவை என்ற பெயரில் தூக்கி எறியக்கூடாதென்பது அவர் கட்சி. விளைவாக வீட்டிலும் நிலவறையிலும் பொருட்கள் குவிந்து கிடக்கின்றன. பிறருக்கேனும் கொடுத்திருக்கலாம், அவர் மனம் இடம் தராது.

கடந்த அக்டோபர் மாதம் அவருடைய மகன் வந்திருந்தான். நிலவறையைத் தற்செயலாகப் பார்க்க நேர்ந்தபோது, "ஓட்டை உடைசல்களை எதற்காக வச்சிருக்கீங்க?" எனக் கேட்டான். பதில் கூறாமல் அமைதியாக இருந்தார். தொடர்ந்து, "இவ்வளவு பெரிய வீட்டில் எதற்காக நீங்க தனியா இருக்கணும்? உங்களுக்கு ஒரு அறை போதாது? நெலமையைப் பார்க்க

சங்கடமா இருக்கு, ஏதாவதொரு *maison de retraite*ல (முதியோர் இல்லம்) சேர்த்துடறேன். முக்கியமான தேவைகளை யோசித்து எடுத்துவச்சுக்குங்க, இரண்டொரு கிழமைகளில் திரும்ப வருவேன்” என்றான்.

நினைவிலிருந்து மீண்டு அலமாரியில் மடித்து வைத்துள்ளவற்றையும் தொங்குபவைகளையும் பார்த்துப் பெருமூச்சுவிட்டார். அவற்றில் பல அவர் எறிவதற்கு மனமின்றி வைத்திருப்பவை. “உங்களுக்குத் தேவையானதை ஒரு பெட்டியில் எடுத்து வைத்துத் தயாராக இருங்கள். எவ்வளவு சீக்கிரம் வரமுடியுமோ, வந்து உங்களை அழைத்துப்போவேன்” என்ற மகனின் வார்த்தைகள் தலையில் வந்து போயின. ஜோஸ்யக்கார கிளி சீட்டை உருவிப்போடுவதுபோல மூன்று சட்டைகள், மூன்று பேண்ட்கள், இரண்டொரு உள்ளாடைகள், குளிர்காலத்தைச் சமாளிக்க ஒரு கம்பளி கோட் என்றெடுத்துக் கட்டிலில் போட்டார். பல் துலக்க, சவரம் செய்ய எனத் தேவைப்படும் பெருட்களை, பிறகு பெட்டியில் சேர்க்கலாம் என்று தோன்றியது. சிறிய கைப் பெட்டி போதும், அதற்கேற்ப அத்தியாவசியப் பொருட்களை நிதானமாக உட்கார்ந்து பட்டியலிடவேண்டும்.

மறுநாள் காலை தந்தையைத் தேடி மகன் வந்தான். இரண்டு முதியோர் இல்லங்களின் முகவரிகள் அவனிடம் இருந்தன. அவனுடைய மனைவியின் தேர்வை நிராகரித்து, தந்தைக்கு விருப்பமான ஒன்றில் சேர்க்க விரும்பினான். உபயோகமற்ற தட்டுமுட்டுச் சாமான்களை ஏற்றிப்போக ஒரு வாகனத்தையும் ஏற்பாடு செய்து, வீட்டு முன்பாகக் கொண்டுவந்து நிறுத்தினான். வீடு பூட்டிக்கிடந்தது. அச்சத்துடன் தன்னிடமிருந்த மாற்றுத் திறப்புக் கொண்டு கதவைத் திறந்து, அப்பா, அப்பா! என அழைத்தபடி, கூடம், படுக்கை அறை, குளியல் அறை, கழிப்பறை எனத் தேடினான். இராமநாதன் இல்லை.

6. கொரோனா பூனை

வெண்துகில் வெயில் வேய்ந்த முற்கோடைகாலம். வீட்டுக்கதவை இழுத்துச் சாத்திவிட்டு வெளியில் நிற்கிறேன். வளையிலிருந்து வெளிவந்த வயல் எலியின் மனநிலை. முடங்கிக் கிடந்த உடல் கைகளை அகல விரித்தும், துள்ளுவதுபோல பாவனை செய்தும், சிறு முறுவலுடன் விடுதலைக் கணத்தை ருசித்தது. தொலைக்காட்சி, கணினி, கைத்தொலைபேசி திரைகளின் பொய்பிம்பங்களில் அலுப்புற்றிருந்த விழிகள் ஆர்வத்துடன் அலைபாயத் தொடங்கின. இயல்பான இருத்தலில் பூமி. ஓசைக்குக் கூட ஊரடங்கோ என சந்தேகிக்கக்கூடிய அமைதி. மனிதர் ஆக்கிரமிப்பிலிருந்து விடுவிக்கப்பட்ட மகிழ்ச்சியில் இயற்கை.

கடந்த இரண்டு நாட்களாக மழை... மழை. இன்றுதான் சூரியனைக் காண முடிந்தது. உடுத்திய சாம்பல் நிற மேகத்தைக் களைந்திருக்கும் நீலவண்ண ஆகாயம் வேலிக்காக வளர்த்திருந்த செடிகளும், மரங்களும் மாசற்றுப் பளிசென்று இருக்க, கைகள் நீளுமானால் கிள்ளித் தின்னலாம் அப்படியொரு பச்சை. குடியிருப்புகளின் சுவர்கள் கூரைகள் கூட மழை நீரில் அலசப்பட்டு பளிச்சென்று இருந்தன. புற்பூண்டுகளும்,

செடிகொடிகளும் பூச்சிகள், புழுக்களுக்கு இசைந்து நெளிகின்றன. இலைகள் குலுங்குவதுபோல அசைய, காற்று கேசத்தைக் கலைத்துவிட்டு ஊமையாகக் கடந்துபோனது. மேய்ச்சலுக்கு அவிழ்த்துவிடப்படாத தொழுவமாடுகள்போல சோர்வுடன் வீதியோரம் நிறுத்தப்பட்ட வாகனங்கள். மரங்கள் உயிர்ப்புடன் நின்றவண்ணம் புரள்வதுபோல பிரமை. மொசு மொசுவென்று என் கால்களில் ஏதோ உரசியது, பதற்றதுடன் குனிந்தேன்: மியாவ் என்று குரலெழுப்பி விண்ணப்பிக்கும் கண்களுடன் ஒரு பூனை. கறுப்பு நிறப் பூனை, ஏற்கனவே அதன் உரிமையாளருடன் பலமுறை தற்செயலாகச் சந்திக்க நேர்ந்திருக்கிறது. ஆனால் முதன்முறையாக மிக நெருக்கத்தில் பார்க்கிறேன்.

பிராணியின் ஆரோக்கியத்தை, உடல்ரோமங்களின் மினுமினுப்பு உறுதி செய்தது. கரும்பழுப்புக் கண்களில் பளபளப்பு. அருகம்புல் போல பக்கத்திற்கு நான்காக விறைத்திருந்த மீசைமயிரில் கூட வளப்பம் மின்னியது. அதன் மெல்லிய இலைபோன்ற சிவந்த நா, எந்திரத்தனமாக விநாடிக்கொருமுறை, வெளிப்படுவதும் உதடற்றவாயை ஈரப்படுத்தியபின் தன் இருப்பிடம் திரும்புவதுமாக இருக்க சில கணம் இரசித்தேன். பூனையின் கண்களை இரண்டாவது முறையாகப் பார்க்கிறேன், வெறுமையும் கெஞ்சலும் அப்பி இருக்கின்றன. இருந்தும், எனது கால்களைத் தனது முகத்தால் உரசியபின், தம் முன்னிரண்டு கால்களைக் கொண்டு தெரிவித்த செய்தியை விளங்கிக்கொள்ள பொறுமை இல்லை. நான் வெளியிற் செல்வதற்கு, என் கைவசமிருந்த படிவம் அனுமதித்த நேரத்தில், பத்து நிமிடங்கள் ஏற்கனவே செலவாகிவிட்டன என்பது முதற்காரணம். இரண்டாவது காரணம், பூனை அண்டை வீட்டுக்காரிக்குச் சொந்தமானது. பூனையை அலட்சியம் செய்துவிட்டு விடுவிடுவென்று சாலையில் நடக்கத் தொடங்கினேன்.

கடந்த பத்து தினங்களாகவே வீட்டில் அடைத்து வைக்கப் பட்டிருக்கிறோம். கொரோனா வைரஸால் பாதிக்கப்பட்டவர்கள், இறந்தவர்கள் இரு எண்ணிக்கையுமே மளமளவென்று அதிகரிக்க எதைத் தின்றால் பித்தம் தெளியும் என்ற குழப்பத்தில் நடைமுறை வாழ்க்கையை, முற்றாக அரசாங்கம் முடக்கிவிட்டது. உரிய

காரணங்களின்றி வெளியிற் செல்ல அனுமதி இல்லை. அவசியம் இருப்பின் முகவரியுடன் கூடிய படிவத்தை நிரப்பி அதில் நாள், வெளியிற் செல்லத் தொடங்கும் நேரம், அதற்கான காரணம் மூன்றையும் குறிப்பிடவேண்டும். இன்றைக்குப் பேரங்காடிக்குச் சென்று அத்தியாவசியப் பொருட்கள் சிலவற்றை வாங்கவேண்டிய நெருக்கடி. அதற்காக வெளியில் வந்தபோதுதான் கதவருகில் அண்டைவீட்டுப் பெண்மணியின் பூனை தரிசனம்.

இந்தியப் பிறப்பும் வளர்ப்பும் சோற்றைத் தின்று பசியாறும் வழக்கத்திலிருந்து என்னை விடுவிக்காததைப்போலவே சில பண்பாடுகளிடமிருந்தும் என்னை விடுவிக்காமல் சிறைவைத்திருக்கிறது. தந்தையை வயதில் மூத்தவரை, நண்பர்களைக்கூட ஒருமையில் அழைப்பது நம்முடைய வழக்கமில்லை, ஐரோப்பியருக்கு அது சரி. அதுபோலத்தான் எனது அண்டைவீட்டுக்காரியுடனான எனது இன்னொரு பிரச்சனையும். பெண்மணியின் குடியிருப்புக்கு அருகில் எனது மனைவி பிள்ளைகளுடன் வசிக்க நேர்ந்தபோது எனக்கு வயது 30. இன்று ஐம்பத்திரண்டு. எப்போது முதன் முதலாக இருவரும் ஒருவரை மற்றவர் கடந்து செல்ல நேர்ந்திருக்கும் என்பது நினைவில் இல்லை. ஆனால் இந்த இருபத்திரண்டு வருடங்களில் பலமுறை எங்கள் இருவருக்கும் அவ்வாறான சந்தர்ப்பங்கள் நிறைய வாய்த்திருக்கும் என்பதை நீங்கள் ஊகித்திருப்பீர்கள். ஐரோப்பியர் வழக்கப்படி அப்பெண்மணி ஒவ்வொருமுறையும் எனக்கு பிரெஞ்சு மொழியில் வணக்கம் என்ற பொருளில் 'போன் ழூர்' என்பாள். முதலில் கூறுவது அவளாகவே இருக்கும். இருந்துபோகட்டும், அதிலென்ன பிரச்சனை என்கிறீர்களா? பிரச்சனைகள் எதுவும் அவள் தரப்பில் இல்லை, மாறாக எனது தரப்பில் நிறைய இருந்தது.

இந்தியப் பண்பாட்டில் அண்டைவீட்டுக்காரன் எதிர்ப்படும் போதெல்லாம் வணக்கம் தெரிவிக்கப் பழகியதில்லை. அதிலும் பெண்கள் என்றால், மிகவும் கவனமாக இருக்கவேண்டும் என்பது விதி. இத் தொட்டிற் பழக்கம் ஐரோப்பாவரை என்னைத் தொடர்கிறது. நான் அவளுக்கு முதலில் போன் ழூர்

(வணக்கம்) தெரிவிப்பதில்லை என்பது ஒரு பக்கம் இருக்கட்டும், ஆனால் ஐரோப்பியர் நாகரிகத்தை மதித்து அவளுக்கு பதிலுக்கு குறைந்த பட்சம் ஒரு புன்னகையையேனும் தெரிவிக்கவேண்டும். ஆனால் அதுகூட எனது மனநிலையைப் பொறுத்திருந்தது. உதாரணத்திற்கு அப்பெண்மணி 100முறை எனக்கு முகமன் கூறியிருப்பதாக வைத்துக்கொண்டால், நான்கைந்துமுறை மரியாதை நிமித்தம், பதில் வணக்கம் தெரிவித்திருப்பேன். 95 முறை தெரிவிக்காததற்கு, அப்போது வேறு மன நிலையில் இருந்திருப்பேன்; அல்லது வேண்டுமென்றே அலட்சியம் செய்திருப்பேன்.

ஒருண்மையைச் சொல்லவேண்டும். இவ்வுலகில் ஒரு சிலர் நிலத்தில் வாழ்வதில்லை, நீரில் வாழ்கிறார்கள். நீரெனில் ஆழ்கடலில். மூச்சுத் திணறும்போது நீரின் மேற்பரப்பிற்கு வருவதுண்டு. நுரையீரலை ஆக்ஸிஜனால் நிரப்பிய திருப்தியில் மீண்டும் ஆழ்கடல் மனிதர்களாகிவிடுவர். அவர்களில் ஒருவர் நீங்களா என்றெனக்குத் தெரியாது. ஆனால் நான், அவர்களில் ஒருவன். கொரோனா வைரஸ் பரவலுக்கு முன்பிருந்தே சமூக இடைவெளியைத் தீவிரமாகப் பின்பற்றிக்கொண்டிருப்பவன். எனக்கும் அடுத்த மனிதருக்கும் இடையே சமூக இடைவெளி என்பது, “கைபட்டுவிடும், தும்மல் தொட்டுவிடும் தூரம் என்றில்லை”, மரியாதை நிமித்தமாக எதிர்ப்படும் மனிதரின் புன்னகைகூட எனக்குத் தீங்காக முடியலாம் எனத் தள்ளி நிற்பேன், முகத்தைத் திருப்பிக்கொள்வேன். இந்த லட்சணத்தில் அண்டைவீட்டுப் பெண்மணியின் ‘போன் மூர்’ கடனைத் தீர்க்கவேண்டுமென்பது தலை எழுத்தா என்ன?

பெண்மணியின் குடியிருப்பு இரண்டு நாட்களுக்கு முன்பும் பூட்டி இருந்தது. அப்போது அதை நான் பொருட்படுத்தவில்லை. இன்றைக்கும் பூட்டி இருக்கிறது. அவளுடைய பெழோ 305 வாகனம் நிறுத்தப்பட்ட இடத்தில் தொடர்ந்து அசையாமல் இருந்தது. அதற்கு எத்தனையோ காரணங்கள் இருக்கலாம். கோடை நாட்களில் பூட்டப்பட்டிருந்தால், நீண்ட நாள் விடுமுறையைக் கழிக்கப் பயணம் செய்திருப்பாள் என்பது நிச்சயம். தவிர, அவ்வாறு பயணிக்கிற போதெல்லாம் தம்முடைய

செல்லப் பிராணியை பிராணிகள் பாதுகாப்பு சங்கத்தினரிடம் ஒப்படைப்பது பெண்மணியின் வழக்கம். அவர்கள் பூனையைக் கொண்டு செல்வதை நானே பலமுறை கண்டிருக்கிறேன். ஆனால் இம்முறை அதற்கு சாத்தியமல்ல. கடந்த பதினைந்து நாட்களாக கொரோனா வைரஸ் பிரச்சனையால் போக்குவரத்துகள் முற்றாக முடக்கப்பட்டுவிட்டன. உள்ளூரிலேகூட வீட்டைவிட்டு மனிதர்கள் வெளியில் போவதென்றால் அனுமதி வேண்டும். ஆகப் பெண்மணியின் குடியிருப்பு தொடர்ந்து அடைக்கப்பட்டிருப்பதற்கு ஒரு வேளை கொரோனா வைரஸ்? காலைச் சுற்றிய பூனையின் கண்கள் முதன் முறையாக மனதைச் சங்கடப்படுத்தியது.

வீட்டுக்கென சூப்பர் மார்க்கெட்டில் பொருட்களைத் தேடித் தேடி வாங்கியபொழுது, பூனைக்கென்று டின்னில் அடைத்த உணவுப்பெட்டிகள் இரண்டையும் மறக்காமல் வாங்கிக்கொண்டேன். வீட்டிற்குத் திரும்பியபொழுது கதவருகே பூனை இருக்கிறதா என்று பார்த்தேன் இல்லை. அழைப்பு மணியை அழுத்தினேன். மனைவி கதவைத் திறந்தாள். உதட்டில் விரலை வைத்து, அமைதி என்றாள். அவள் விலகிக்கொண்டதும் இரண்டடி தூரத்தில் பூனை ஆர்வத்துடன் பாலை நக்கிக் குடித்துக்கொண்டிருந்தது. என் புருவங்கள் உயர்ந்ததை விளங்கிக்கொண்டவள்போல, "பக்கத்து வீட்டுப் பெண்மணியை ஆம்புலன்ஸில் அழைத்துப் போனதை ஒரு வாரத்திற்கு முன்பு பார்த்தேன். அவர்கள் பூனை எப்படியோ தப்பி வெளியில் வந்திருக்கிறது. நல்ல பசிபோல. பாலை ஊற்றி வைத்தேன். முதலில் தயங்கியது வாயை வைக்கலை. இப்போதுதான் குடிக்க ஆரம்பித்தது" மகிழ்ச்சி பொங்க தெரிவித்தாள்.

அவள் கண்களில் தெரிந்த இரக்கம் எனக்கு அச்சத்தைக் கொடுத்தது. பூனையிடம் வைரஸ் இருந்தால்? பிராணி நலக் காப்பகத்திற்குத் தகவல் தெரிவிப்பது நல்லதென்றேன். அவள் சங்கடத்துடன் தலையாட்டினாள்.

பாலைக் குடித்துக்கொண்டிருந்த பிராணியை நெருங்கி, உடலை இரண்டாக மடித்து அதன் காதில் மெதுவாக "போன் ழூர்" என்றேன். அதிர்ச்சியில் தலையை உயர்த்திய பூனை சில நொடிகள் என்னை ஏறிட்டுப் பார்த்தது, பிறகு எனது மனைவி முகத்தில் சில நொடிகள், அச்சம் நீக்கியதைப்போலத் தொடர்ந்து பாலைக் குடித்தது.

7. நொண்டிச்சாக்கு

கதவு திறந்து மூடியது. உடலில் மெத்தென காற்றுப் பொதியொன்று மோத மெலிதானதொரு சிலிர்ப்புடன் கைபேசியிலிருந்த கண்களை நுழைவாயிலில் இருத்தினார்.

'மருத்துவர் உள்ளே இருக்கிறார், தயவு செய்து அமைதி காக்கவும் என்ற எச்சரிக்கை பலகைக்கு அருகே மூடிய கதவு முன்பாக ஆணும் பெண்ணுமாக இருவர், தம்பதிகள் முகத்தைப் பார்க்கிறபோது மொராக்கோ நாட்டவராக இருக்கவேண்டும். கணவர் முன்னால் நிற்க அவர் முதுகில் ஒளிந்து முகத்தைத் தவிர்த்து தலையின் பிறபகுதிகளைச் சிறு சால்வைகொண்டு மூடிய பெண்பாலினம். உட்கார்ந்திருந்த மனிதர்களை அளவெடுத்த திருப்தியுடன் காலி இருக்கையொன்றில் ஆண் உட்கார, ஓர் எந்திர மனுஷிபோல தொடர்ந்த பெண் (மனைவி?) சில நொடிகள் அமைதியாக அவர் அருகே நின்றார். நாற்காலி கிடைத்தால் உட்காரலாம் என்கிற எண்ணம் உதித்திருக்கவேண்டும், தலையை நிமிர்த்திப் பார்வையை இங்குமங்குமாக இரண்டொரு நொடிகள் ஓட்டினார், கொந்தப்பா அமர்ந்திருந்த வரிசையில் இருக்கையொன்று காலியாக இருந்தது, "அமரலாம், எனக்குப் பிரச்சனையில்லை"

என அந்த இருக்கை தெரிவித்ததா, அல்லது பெண்மணி தானாக எடுத்துக்கொண்ட சுதந்திரமா எனச் சிலர் யோசித்துக்கொண்டிருக்க, கணவர் தோளை பெண்மணியின் வலது கை தீண்டியது, தொடர்ந்து வாய் ஏதோ முணுமுணுத்தது. பின்னர் விடுவிடென தரை அதிர நடந்து காலியாக இருந்த மற்றொரு இருக்கையில் உட்கார, பாரத்தைத் தாங்காது இருக்கை நிசப்தத்தைக் குலைத்து கிறீச்சிட்டது. நடந்து முடிந்த சம்பவத்தைக் கொந்தப்பாவுடன் சேர்ந்து அங்கிருந்த பலரும் காத்திருப்பின் ஓர் அங்கமாக எடுத்துக்கொண்டவர்கள் போல கவனத்தை மீண்டும் அவரவர் காரியத்தில் செலுத்தினார்கள். அறை முழுவதும் மீண்டும் காத்திருப்பு வெப்பம்.

மருத்துவர் ஒருவரின் கிளினிக் அறை. கொந்தப்பாவும் பிறரும் காத்திருக்கிறார்கள். கொந்தப்பா, காரிக்காலி தமிழர். அவருடைய பாட்டனார் கந்தப்பனுக்கு கரைக்கால், பூர்வீகம். புதுச்சேரி பகுதிகள் பிரெஞ்சுக்காரர்கள் காலனியாக இருந்தபோது, எஜமான விசுவாசத்திற்குப் பங்கம் வந்துவிடக்கூடாதென்று, பிரெஞ்சு ராணுவத்தில் சேர்ந்தார். அவர்கள் காதில் விழுந்த ‘கொந்தப்பா’வையே உத்தியோகபூர்வ பெயராக பிரெஞ்சுக்காரர்கள் மாற்றினார்கள். “வெள்ளைக்காரன் எது செஞ்சாலும் சரியாகத்தானிருக்கும்” என்பதால் பாட்டனார் கந்தப்பாவும் மறுத்தவரில்லை. தவிர கந்தப்பாவை கொந்தப்பாவாக மாற்றியவர்களுக்கு, அவர் காரைக்கால் ஆசாமி அல்ல, காரிக்காலி. அவரது பேரனான நமது கொந்தப்பா இன்றைய தேதியில் பாரீஸ்வாசி என்கிறபோதும் தம்மை ‘காரிக்காலி’ எனப் பிரெஞ்சுக்காரர்களிடம் பெருமிதத்துடன் சொல்லிக்கொள்ள ஒருபோதும் தவறியதில்லை.

கொந்தப்பா எண்பதுகள் வரை புதுச்சேரி தமிழர். தமிழர்களின் உயிர் ஆதாரமாக இருந்த சினிமா நடிகர் ஒருவரின் தீவிர ரசிகர். அப்போது நாள்தோறும் தமிழரின் வழக்கப்படி தனது அபிமான நடிகருக்குச் செய்யவேண்டிய பூஜைபுனஸ்காரங்களை ஒருநாளும் மறந்தவரில்லை. பிரான்சு தேசத்திற்குக் குடியேறிய நாளிலிருந்து திருமணமோ, இழவோ எதுவென்றாலும், நான்கு தமிழர்கள் கூடியிருந்தால் போதும் இரண்டாவது மிடறு விஸ்கி நாக்கைக்

கடந்து தொண்டையில் இறங்கிய மறுகணம் நடிகரைப்பற்றிப் பேச ஆரம்பித்துவிடுவார். மதுவின் நெடி, கிறக்கம், சூடு அத்தனையும் கதம்பமாக வார்த்தைகளிலும் வெளிப்படும், பேச்சு உச்சத்தைத் தொடுகிறபோது விவாதக் கிளை சட்டென பெருஞ்சத்தத்துடன் முறிந்து சேதம் விளைவிப்பதைத் தடுக்க முடிந்ததில்லை, ஒருமுறை பிரதிவாதியுடன் கைகலப்பில் முடிந்தது, சாட்சிகள் வேடிக்கை பார்த்தார்கள், கணவர் தரப்பில் ஆஜராகியிருந்த மனைவி குறுக்கிட வேண்டியிருந்தது. அதுமுதல் கலியாணமோ, கருமாதியோ எதுவென்றாலும் பதியை, சதி தமது பார்வை எல்லைக்குள் இருக்கும்படி பார்த்துக்கொள்வார். அவர் எல்லை மீறுகிறபோதெல்லாம், உரிய தருணத்தில் குறுக்கிட்டு "போதும் எழுந்திருங்க வீட்டுக்குப் போவோம்" என சீரியல் வில்லிகள் குரலில் ஓர் அதட்டல், பாம்பு பெட்டிக்குள் ஒடுங்கிவிடும்.

கொந்தப்பா கடந்த பல ஆண்டுகளாக இம் மருத்துவரிடம் வருகிறார். நம்முடைய கொந்தப்பாவின் பொழுதுபோக்கு ஸ்தலங்களில் இக் கிளினிக்கும் ஒன்று. வருடம் நினைவில்லை பிரான்சுக்கு வந்த முதல் வருடம், பனிக்காலத்தில் சரியாக உடுத்தாமல் வெளியில் போய்விட்டு வந்த மறுநாள் ஜலதோஷம், இருமல் காய்ச்சலென்று அவதிப்பட புதுச்சேரி தமிழர் ஒருவர் சிபாரிசு செய்த மருத்துவர். நோயாளிகளை மருத்துவர் பார்க்கும் நேரம் மாலை நான்குமணியிலிருந்து ஏழுமணிவரை. இருந்தும், மூன்றரைக்கே முந்திக்கொண்டு காத்திருப்பவர்கள் இருக்கிறார்கள். கொந்தப்பாவும் "வீட்டில் என்ன வெட்டியா முறிக்கிறோம், இங்கே உட்கார்ந்திருக்கிற நேரம் அங்கே உட்கார்ந்தால், மருந்துக்கடை மூடுவதற்குள், தொக்தர் (டாக்டர்)எழுதிக்கொடுக்கிற மருந்துச் சீட்டிற்கு உரிய மருந்தை வாங்கிக்கொண்டு வீட்டிற்குத் திரும்பலாம்" என நினைக்கிற புத்திசாலி. இன்றும் மாலை மூன்றரைக்கே கிளினிக்குக்கு வந்துவிட்டார். வழக்கம்போல இவரது ராசிப்படி நான்கு கிரகங்கள் முந்திக்கொண்டிருந்தன. ஒரு நோயாளிக்கு குறைந்தது இவர் கணக்குப்படி பத்து நிமிடங்கள் ஒதுக்கினால் கூட நாற்பது நிமிடம் போதும், இவருக்கு முந்தைய

மனிதரை சற்று முன்புதான் மருத்துவர் அழைத்திருந்தார். இவரது முறைக்குப் பத்து நிமிடங்கள் ஆகலாம். தலையை உயர்த்தி தனக்கு முன்னால் சிறு மேசையில் கிடந்த பிரெஞ்சு சஞ்சிகைகளைச் சில நொடிகள் நோட்டம் விட்டவர் கவனத்தை, தும்மல் ஒன்று ஈர்த்தது:

தும்மலைப் போட்டவர் கொந்தப்பாவை விட வயதில் மூத்தவராக இருக்கவேண்டும். தும்மலைப் போட்ட கையோடு அவர் கைக்குட்டையில் முகத்தைப் புதைத்துக்கொண்டிருந்தார். இளம் பெண்ணொருத்தி தனது மடியில் இருத்தியிருந்த இரண்டு வயதுச் சிறுவனைக் கீழே இறக்கிவிட்டாள். அவன் கொந்தப்பாவை நோக்கி சிரித்தான். இடுப்பருகே அணைத்ததுபோல சாத்தியிருந்த ஊன்றுகோலைத் தட்டிவிட்டான். தாய் பையனிடம் பாசாங்கு கோபம் காட்டினாள், இழுத்து மடியில் உட்காரவைத்து ஏதோ முணுமுணுத்தாள். “நீங்க பாகிஸ்தானா, இந்தியாவா?” எனக் காதில் விழுந்த கேள்வி கொந்தப்பா கவனத்தை ஈர்த்தது. கேட்டவர் மொராக்கோ நாட்டவர். அவருக்குப் பதில் சொல்ல “இந்தியா” என்றார். தொடர்ந்து அம்மனிதர், “ஷாருக்கான், படம் நிறையப் பார்ப்பேன்” என தமது இந்திய ஞானத்தை வெளிப்படுத்திப் பெருமைப்பட்டுக்கொண்டார். இவருக்கு தனது அபிமான நடிகர் பற்றி மொராக்கோ நாட்டவர் கேள்வி எழுப்பாதது ஒரு பெரிய குறை. இருந்தபோதும் உதட்டுக்கோணலுடன் புன்னகைத்துவிட்டு, தம்முடைய கைத்தொலைபேசியில் கவனம் செலுத்தினார்.

முகநூலில் கொந்தப்பா இட்ட பதிவுக்கு, நாற்பது சொச்சம் பேர் ‘லைக்’ போட்டிருந்தார்கள். தனது அபிமான நடிகர் திரைப்படப் பாடலொன்றை, திருமதி கொந்தப்பாவும் வளர்ப்பு நாயும் விரும்பிக் கேட்கின்ற காட்சியைப் படமெடுத்துப் போட்டிருந்தார். இரண்டு முகநூல் நண்பர்கள் ‘சூப்பர்’ என்று எழுதியிருந்தார்கள், அவர்கள் பாராட்டியது திருமதி கொந்தப்பாவையா, நாயையா என்ற குழப்பம் இருந்தாலும் சூப்பர் என்று எழுதியவர்களுக்குப் பதிலிடத் தயாரானபோது மருத்துவர் “அடுத்தது யார்?” எனக்கேட்க, கொந்தப்பா

கைத்தொலைபேசியை அணைத்துவிட்டு, இடது காலை அழுந்த வைத்து வலது கக்கத்தில் ஊன்றுகோலை இருத்தி அவரைப் பின்தொடர்ந்தார். மருத்துவர் அவர் இருக்கையில் அமர, கொந்தப்பா ஊன்றுகோலைத் தொடையில் கிடத்தி அவர் எதிரே இருந்த இருக்கையில் உட்கார்ந்தபோது, எப்போதும்போல மருத்துவரிடம் ஏளனமாக ஒரு புன்னகை.

“என்ன உடம்புக்கு, எங்கே பிரச்சனை சொல்லுங்க. ஆனால் முதுகுவலி கால்வலின்னு மட்டும் ஆரம்பிச்சுடாதீங்க.

- இப்படி சொன்னா எப்படி தொக்தர். வர வர காலிரண்டையும் எடுத்து வைக்க முடியலை, முதுகுவலியும் கொறஞ்சபாடில்லை.

- மிஸியே கொந்தப்பா, உங்கள் தொல்லை தாங்க முடியாமல் முதல்வகை ஊனமென்று உங்களுக்குச் சிபாரிசு செய்ததற்கே பல முறை என்னை அழைத்து சமூக நலத் துறை விசாரித்தது. அவர்களுக்கு எதையோ கூறி சமாளிக்க வேண்டியிருந்தது. உண்மையில் உங்கள் காலில் எந்தப் பிரச்சனையுமில்லை. இப்பொழுது கொடுக்கிற உதவித் தொகையே அதிகம். இம்முறை உதவித் தொகையைப் புதுப்பிக்க எனது கருத்தை சமூகநலத்துறை கேட்டு எழுதினால், எனது பதில் சாதகமாக ஒருபோதும் இருக்காது.

- என்ன தொக்தர் இப்படிச் சொல்றீங்க. பிரச்சனை இருப்பதால தான் உங்ககிட்டே வரேன்.

- உண்மையில் உங்கள் உடல்நிலை நன்றாக இருக்கிறதென்பதுதான் எனது அபிப்ராயம். வேறு பிரச்சனைகள் இருந்தா சொல்லுங்க. தொடர்ந்து வலி இருக்கிறதென்பது உண்மையானால், சோதனைகள் அனைத்தையும் மறுபடியும் செய்யவேண்டி வரும். சோதனைகள் முடிவு என்ன சொல்லுதோ அதன்படி எனது அறிக்கையும் இருக்கும். உங்கள் புலம்பல்களை நம்ப இனியும் நான் தயாரில்லை. இரண்டாவது வகை ஊனத்திற்கான உதவித் தொகைக்கு, வெறுமனே உங்கள் வார்த்தைகளை நம்பி சிபாரிசு செய்ய என்னால் முடியாது.”

மருத்துவரின் பதில் தெளிவாக இருந்தது. இனி என்னை நம்பாதே, என்பது அதற்குப் பொருள். கோபத்துடன் மருத்துவரிடமிருந்து விடைபெற்றுக் கொண்டதால், சம்பிரதாய முகமன் வார்த்தைகளில்லை. கிளினிக்கிலிருந்து சில மீட்டர்தூரம் ஊனமுற்றவர்போல பாசாங்கு காட்டிய கொந்தப்பா, வீட்டை நெருங்கியதும் இயல்பாக நடந்தார்.

கொந்தப்பா பெரிதாகப் படித்தவரில்லை. பாட்டனார், தகப்பனார் எல்லோருமே பிரெஞ்சு இராணுவத்தில் அசல் பிரெஞ்சுக்காரர்களைக் காட்டிலும் கூடுதல் விசுவாசத்துடன் துப்பாக்கி பிடித்தவர்கள். புதுச்சேரியில் இந்தியத் தமிழர்கள் பொறாமைப்படும்படி வாழ்க்கை. அவர்கள் வழியில் வந்த நமது பிரெஞ்சிந்தியரும் புதுச்சேரியில் தமது அபிமான நடிகருக்காகச் செலவிட்ட நேரம் போக அவ்வப்போது கொஞ்சம் பிரெஞ்சு மொழியையும் படித்து பிரான்சுக்கு மதாம் கொந்தப்பா விமர்சிப்பதுபோல வெட்டி முறிக்க வந்தாயிற்று. திருமணத்திற்கு முன்பு பாரீஸ் புறநகர்ப் பகுதியில் இருந்த தமக்கை வீட்டில் வாசம். சில்லறை வேலைகள் கிடைத்தன, பெரிதாகச் சம்பாதிக்கவில்லை. மாதத்தில் பத்துப்பன்னிரண்டு நாட்கள் உடல் உழைப்புக்குரிய வேலைகள் கிடைத்தன. புதுச்சேரியில் சுகமாக ஊரைச் சுற்றிக்கொண்டு உண்டு பழகியவருக்கு கொஞ்சம் சங்கடத்தை அளித்த வாழ்க்கை. சகோதரி ஒரு நாள்:

“ஒன் மாமாவுக்கும் பிரான்சுக்கு வந்த புதிதில் இந்த நெலமைதான், அரசாங்கம் கொடுத்த ஒதவித் தொகையை வச்சுத்தான் குடும்பத்தை ஓட்டினோம், எனக்கென்னமோ வேலையில்லாம இருந்தபோது உதவித்தொகையை வச்சுகிட்டு நல்லா வாழ்ந்த மாதிரி படுது, எந்தக்கொறையுமில்லை. வேலையில்லைங்கிற கவலை ஒனக்கும் அனாவசியம். ஊருக்குபோயிட்டு ஒரு பொண்ணைப் பார்த்து கண்ணாலம் பண்ணிக்கோ, திரும்பவா, எல்லாம் சரியாயிடும்!” எனத் தைரியம் ஊட்டினார்.

பிரான்சு மருமகனாகத் தேடிக்கொண்டிருந்த புதுச்சேரி குடும்பமொன்றில் பெண்ணெடுத்தார். திருமணம் முடித்த

கையோடு மனைவியைப் பிரான்சுக்கு அழைத்துவந்தார். "மனைவி வந்த நேரம்" எனச் சொல்லிக்கொள்ள வாழ்க்கையில் பெரிய மாற்றமில்லை. அவ்வப்போது கிடைக்கும் தற்காலிக வேலைகளில் கிடைத்த ஊதியம் போக அரசாங்கம் கொடுத்த உதவித் தொகைகளை வைத்து வீட்டு வாடகை, வாரம் தவறாமல் பிரியாணி, அவ்வப்போது விஸ்கி, வேலையற்ற நாட்களில் பீர் பாட்டிலும் கையுமாக தொலைக்காட்சிகளென பிரான்சு வாழ்க்கையில் அதிகச் சிக்கல்களில்லை. இதற்கிடையில் பிள்ளைகளிருந்தால் கூடுதலாக உதவித் தொகை கிடைக்கும் என்றார்கள். அதற்கான ஏற்பாடுகளிலும் இறங்கினார். வரிசையாக மூன்று பிள்ளைகள். பிரான்சு தேசத்திற்கு வந்து ஏழு வருடங்கள் கழிந்திருந்தன. குருவி சேர்ப்பதுபோல மனைவி சாமர்த்தியமாக சேர்த்துவைத்திருந்த உண்டியலை உடைத்துப் பார்த்தபோது இந்தியாவுக்குப் போகலாமென்று தீர்மானித்தார்கள். பிரெஞ்சிந்தியர்களின் மினுமினுப்புடன் இந்தியாவில் இறங்கவும் செய்தார்கள். பத்து நாட்கள் கழிந்திருக்கும் தனது பாரீஸ் கமராது (சினேகிதர்) ஒருவரை, எதிர்பாராமல் மதுபானக் கடையொன்றில் சந்திக்கவேண்டியிருந்தது. இருவரும் கட்டித் தழுவிக்கொண்டார்கள். 'இந்திய வெயில்', 'முதல் நாள் பார்த்த அபிமான நடிகர் படத்தில் வரும் சண்டைக்காட்சி', 'அண்ணாதிடல் போட்டிக்கறி', 'ஸ்ரீபிரியா முன்னமாதிரி எடுப்பா இல்லை' என விவாதித்துவிட்டு, பிரியும்போது பாரீஸ் கமராது, "நாளைக்கு வீட்டுல இருப்பீங்களா மிசே, புது வீடு கட்டினோம், அதுக்கு கிரகப்பலவேசமோ பிரவேசமோன்னு சொல்லுவாங்களே அது வெச்சிருக்கோம். நானும் என் மதாமும் ஒங்க வீட்டுக்கு வறோம்" எனக் கூறியபோது, இவரால் மறுக்க முடியலை. மறுநாளே பாரீஸ் கமராதுவும் அவரது திருமதியும் வாசனைத் திரவியம் மணக்க வீடு தேடிவந்து அழைப்பிதழையும் கொடுத்தார்கள். கொந்தப்பாவும் தமது மனைவி சமேதரராக நிகழ்ச்சியிலும் கலந்துகொண்டார்.

நல்லகாலமோ கெட்டகாலமோ ஏதோவொன்று அவரிடம் பல்லிளித்தது அன்றைய தினம்தான். பிரான்சு தேசத்தில் இவருடைய பாரீஸ் கமராதுவுக்கும் (நண்பருக்கும்)

இவருடைய நிலமைதான். வேலை வாய்ப்பு அலுவலகம், உதவித் தொகைக்காக, நகராட்சி சமூக நல அலுவலகத்தில் காத்திருத்தல், தனியார் வேலை வாய்ப்பு நிறுவனங்களில் தற்காலிக வேலைவாய்ப்புக்கு விண்ணப்பம் நிரப்பவென இவர் செல்லும் இடங்களில் அவரையும் எதிர்கொண்டிருக்கிறார். கடந்த இரண்டுவருடங்களாகத்தான் அவரை மேற்கண்ட இடங்களில் சந்திக்க முடிவதில்லை. ஆனால் கற்பனை செய்ய இயலாத வகையில் புதுச்சேரியில் மனையொன்றை வாங்கி, அதில் பிரமாதமாக ஒரு வீட்டையும் அவர் கட்டியிருந்தது ஆச்சரியமாக இருந்தது. பக்கத்திலிருந்த மற்றொரு பாரீஸ் வாசியிடம் விசாரித்தார்.

"எப்படிங்க மிசே... பிரான்சுல நம்ம அல்பர் வேலை கீலை பார்க்கிற மாதிரி தெரியலை. இவ்ளோ பெரிய வீட்டை எப்படிக் கட்ட முடிஞ்சுது, மாமியார் வீடு ரொம்ப வசதியோ, இல்லை லொத்தோ (லாட்டரி) கித்தோ அடிச்சுதோ?

- லொத்தோ அடிச்ச மாதிரிதான், அவரு ஆன்வலிது *(invalid)* தொடறாரு. இனி வேலைக்குப் போகணுங்கிற எந்த அவசியமும் அந்த ஆளுக்கில்லை.

- அதெப்படிங்க? கைகாலெல்லாம் நல்லாதான இருக்குது, நல்லாவும் நடக்குறாரு, பிறகெப்படி?

- சத்தம் போட்டுப் பேசாதீங்க, அவருமட்டுமா வாங்கறாரு, பிரான்சுல நெறையப் பேரு அப்படி இருக்கறான். நாங்கூடத்தான் தெமாந்து(விண்ணப்பம்) போட்டிருக்கேன். என்ன தப்பு?

- அதெப்படி, அவங்க அதை நம்பணுமே, தொக்தருங்க (டாக்டர்) எழுதிக்கொடுக்கணுமே. நம்ம ஒடம்புலே ஒண்ணுமில்லைன்னா அவங்க எப்படி எழுதிக்கொடுப்பாங்க. தெஸ்த் (டெஸ்ட்), ரதியோ *(Xray)*ன்னு ஏகப்பட்டதிருக்கே.

- அதைப்பத்தின கவலயெல்லாம் எதுக்கு? உங்க தொக்தர் கிட்ட போங்க கையைத் தூக்க முடியலை, காலைத் தூக்க முடியலைன்னு சொல்லுங்க, எத்தனை டெஸ்ட்டுவேணா பண்ணிக்கட்டும். நீங்க பிடிவாதமா அங்க வலி, இங்க வலின்னு

சொல்லிக்கொண்டிருங்க, அவரே அலுத்துப்போய் ஒரு நாளைக்கு எழுதிக்கொடுத்திடுவார், அவர் அப்பன் வூட்டுக் காசா? அரசாங்கப் பணம்" என பதில் கிடைத்தது.

புதுச்சேரியில் காதில் வாங்கிய யோசனைக்கு, பிரான்சுக்கு வந்த ஆறாவது மாதத்தில் கைமேல் பலன் கிடைத்தது. மதாம் கொந்தப்பா அன்றிரவு "எங்கள் லூர்து நாயகியே, வேளாங்கண்ணி மாதாவே! எங்கள் பேரில் இரக்கமாயிரும்" என வெகுநேரம் மாதாவிடம் ஜெபம் செய்து மன்றாடினார்.

தற்போது முதல்வகை ஊனமுற்றோர்களில் கொந்தப்பாவும் ஒருவர், அதற்குரிய உதவித் தொகையை அரசாங்கத்திடம் வாங்குகிறார். அவரும் புதுச்சேரியில் ஒரு மனையை வாங்கி கடைக்கால் போட்டிருக்கிறார். அடுத்த வருடம் இந்தியா சென்றால் புதுமனை புகுவிழாவை தடபுடலாக நடத்திவிடலாம் என்கிற கனவும் இருக்கிறது. இதற்கிடையில் சாமர்த்தியமாக இரண்டாம் வகை ஊனமுற்றோராக ஆனால், உதவித் தொகை இரட்டிப்பாகும் என்றார்கள். ஆனால் அவர் பெரிதும் நம்பிய டாக்டர் பிடிகொடுக்காமல் பேசுகிறார். சற்றுமுன்பு கிளினிக்கில் அவர் பேசிய பேச்சைக் கேட்டபோது, முதலுக்கே மோசம் வந்துவிடும் போலிருந்தது. வீடு திரும்பியதும் மதாம் கொந்தப்பாவிடம்: "அந்த ஆளு எமகாதகனா இருக்கான். அவனை நம்பி பிரயோசனமில்லை, நானொரு திட்டம் வச்சிருக்கேன். இவனுங்கள எப்படி ஏமாத்தறன்னு எனக்குத் தெரியாதா என்ன?" என்றவர் தொடர்ந்து, "நாளைக்கு நீ என்ன செய்யற கராழில் (கராஜ்) இருந்து காரை எடுக்கும்போது, நான் பின்னால நிக்கறது தெரியாம என்மேல இடிச்சுடற" எனக்கூற அந்த அம்மாள்: "ஏதாவது ஒண்ணு கிடக்க ஒண்ணு நடந்திடப் போவுதுங்க, எதற்கும் மாதாகிட்ட ஜெபம்பண்ணிடறேன்" என்றார்.

மறுநாள் காலை லூர்துமாதாகிட்ட சிரத்தையுடன் வேண்டிக்கொண்டு மதாம் கொந்தப்பா ஓட்டுனர் இருக்கையில் அமர்ந்தார். "பயப்படாதே ஒண்ணும் ஆகாது, தைரியமாக காரை எடு!" எனக் கொந்தப்பா ஊக்கமளித்தார். அந்த அம்மாள்

ஊக்கத்தைக் கொஞ்சம் அதிகமாகவே எடுத்துக்கொண்டாரோ என்னவோ ஆக்ஸ்லேட்டரைத் தெம்புடன் அழுத்த, கராஜின் வாயிலில் நின்றிருந்த கொந்தப்பாவை வாகனம் சற்றுப் பலமாகவே இடித்துக் கீழே சாய்த்தது.

கண்விழித்தபோது, மருத்துவமனைப் படுக்கையில் இருந்தார். மருத்துவர் இருவர், தாதியர்கள், ஊழியர்களென நான்கைந்து பேர் கட்டிலைச் சுற்றி நின்றிருந்தார்கள். சற்றுத் தள்ளி மதாம் கொந்தப்பாவும் பிள்ளைகளும். பிள்ளைகள் தேம்பியபடியிருக்க மதாம் கொந்தப்பா அவர்களை அணைத்துக்கொண்டு ஏதோ சொல்லிக்கொண்டிருந்தார். கொந்தப்பா அங்கு மிங்குமாக விழுந்து புரண்ட பார்வையை மீண்டும் தன்னருகே கொண்டுவந்தார். பெரிய வயிற்றுடனான தன் மார்பின் மீது அசைவற்ற இரண்டு கைகள். கைகளுக்கு உரியவர் மருத்துவர். “பயப்பட ஒன்றுமில்லை, முதுகுத் தண்டில் பிரச்சனை, கால்களையும் முடக்கி இருக்கிறது, அசையவேண்டாம்”, என்றார். அவர் எச்சரித்ததாலோ என்னவோ கொந்தப்பாவுக்குக் காலை அசைத்துப் பார்க்கவேண்டும் போலிருந்தது. மெல்ல வலது காலை பின்னோக்கி இழுத்துப்பார்த்து செய்தமுயற்சி, பெருஞ்சோதனையாக முடிந்தது. வலியால் துடித்துவிட்டார், வாய் திறந்து அலறவும் செய்தார். “என்ன, என்ன நடந்தது?” என ஏக காலத்தில் பல குரல்கள். “சிறிது கவனமாக இருக்கவேண்டும், பலமுறை அறுவைச் சிகிச்சை செய்யவேண்டியிருக்கும். செய்தாலும் பலனிருக்குமென்று சொல்வதற்கில்லை. மனதை தைரியப்படுத்திக்கொள்ளுங்கள்.” ஆறுதலாகப் பேசிய மருத்துவர், தமது கடமை முடிந்தது என்பதுபோல விலகிக் கொண்டார். மற்றவர்களும் அவரைப் பின்தொடர்ந்தார்கள். இப்போது மனைவியும் பிள்ளைகளும் கட்டிலருகே.

“பயப்படாத நான் நெனைச்சது நடந்திடுத்து, நமக்கு லொத்தோ அடிச்சிருக்குது. இனி நான் ரெண்டாம் வகை ஊனமுற்றோர் பட்டியலுக்குள்ள வந்திடுவேன். உதவித்தொகை ரெட்டிப்பாகும். முதுகில் உணர்ந்த வலியை சகித்துக்கொண்டு மனைவியிடம் தனது சந்தோஷத்தைப் பகிர்ந்துகொண்டபோது, கொந்தப்பா முகத்தில் பெருமிதம்.

- இன்னா மனுஷன்யா நீ! ஒனக்கு மண்டையில ஏதாச்சும் இருக்கா இல்லையா? இனி ஒனக்குத் தள்ளுவண்டிதான் கதின்னு எங்கிட்ட சொன்னாங்க. நீ என்னடான்னா, ஏதோ லொத்தோ அடிச்சிருக்குதுங்கற. உன்ன காலம் பூரா வண்டியில வச்சுத் தள்ளிக்கொண்டிருக்க என்னால முடியாது. நான் லியோன்ல *(Lyon)* இருக்குற என் தம்பிவீட்டுக்குப் போகலாம்னு இருக்கறேன், நாளைக்குக் காலமெ வரேன், விலாவாரியா பேசுவோம்!" எனத் தெரிவித்த மதாம் கொந்தப்பா பிள்ளைகளை இழுத்துக்கொண்டு நடக்க, "ஏம்மா நில்லும்மா!" என்ற இவர் கெஞ்சலை அந்த அம்மாள் காதில் போட்டுக்கொள்ளவில்லை.

8. எழுத்துசாமியும் பேச்சாண்டியும்

அவசர அவசரமாக இயற்கை பாரத்தை இறக்கிவைக்க இலுப்பை மரத்தைத் தேடினார். எப்போது பிறந்த மண்ணுக்கு வர நேர்ந்தாலும் மற்ற விஷயங்களில் எப்படியோ காலைக் கடனை முடிப்பதற்கு அவர்கள் பூர்வீக வீட்டிற்குப் பின்புறமிருக்கும் இலுப்பை மரமும், மறைப்புக்கு அதன் சொந்தபந்தங்களான ஈச்சம் புதர்கள் செடிகொடிகளென்கிற இத்யாதிகள் வேண்டும். அவர் தகப்பனார் நகரவாழ்க்கைக்கு இணையான வீட்டையும் டாய்லெட் ஏற்பாடுகளையும் மகனுக்கென செய்திருந்தாலும், நம்ம எழுத்துசாமிக்கு அவர்கள் பூர்வீக வீட்டிலிருந்து ரெண்டு நிமிஷ நடையில் எதிர்ப்படுகிற புறம்போக்கு இலுப்பை மரத்தடியில் ஒதுங்கினால்தான் திருப்தி. அதன் அருகிலேயே இவர்களுக்குச் சொந்தமான பட்டா நிலத்தில் புளியமரமொன்று இருக்கிறது அவசரத்திற்குக் கூட அதில் ஒதுங்குவதில்லை. இலுப்பை மரம்தான் அவருக்கு ராசியான மரம். ஒவ்வொரு முறையும் உட்கார்ந்து விட்டு, சொம்பு நீரை காலிசெய்துவிட்டு வீடு திரும்ப பிருஷ்டத்தின் ஈரம் காய்வதற்கு முன்பாக ஏதாவதொரு நல்ல சேதி வந்திருக்கிறது.

கடந்த 20 ஆண்டுகளாக சென்னை வாசம், எழுத்துசாமிக்கு பதிவுத் துறையில் டிபுடி டைரக்டர் உத்தியோகம். ஒவ்வொரு

பத்திரப்பதிவும் கரன்சிகளைக் கொட்டுகிறது. எந்தக் கட்சி ஆட்சிக்கு வந்தாலும் முதலமைச்சரைப் பார்த்து ஒரு மாலை போட்டுவிடுவார். ஐந்து வருடத்திற்கு முன்பாக ஒரு கிலோ தங்க நகைகளோடு சாலிகிராமத்தில் இரண்டு கிரவுண்டு நிலத்தையும் வரதட்சணையாகக் கொடுத்து மூத்தமகள் திருமணத்தை ஜாம்ஜாமென்று நடத்தினார். எழுத்துலகம், ஆளுங்கட்சி, எதிர்க்கட்சியென எல்லா தரப்பினரும் ஆஜராகி இருந்தார்கள். உத்தியோகம் பதிவுத் துறை என்பதால் ரியல் எஸ்டேட் ஆசாமிகள் ஸ்பெஷலாகக் கண்டுகொண்டார்கள்.

உபதொழிலாக எழுத்தை வைத்திருக்கிறார். எழுத்தில் இன்றைய தேதியில் நான்கைந்துபேர் இவருடன் போட்டியில் இருப்பதுபோலப் பட்டாலும் அவர்களெல்லாம் இவருக்கு ஜுஜூபி. எதிரிகளைப் பல்லில் படாமல் விழுங்கும் சாமர்த்தியம். ஒருவரிடமும் பகையில்லை, தந்திரசாலி. இளைய தலைமுறையினரில் பலர் தீவிர ரசிகர்கள். தோளில் கைபோட்டுப் பேசுவார், அவர்களோடு தலையைச் சிலுப்பி சிகரெட் பிடிப்பார், பனைமரத்தின் கீழிருந்து கள்ளும் குடிப்பார், பாரில் உட்கார்ந்து சீயர்ஸ்ஸும் சொல்லுவார். அவர்கள் வாசிப்பில் உள்ள நம்பிக்கையில் அமெரிக்க ஐரோப்பிய எழுத்தாளர்களின் பெயர்களைச் சொல்லி அச்சுறுத்துவார். “தம்பி, உன் கவிதையைப் படிச்சேன், நல்லா வந்திருக்குதுங்க” என்றோ “யாரு சிறுகதை சிங்காரியா, ‘சுக்கு மிளகு திப்பிலியில்’ ஓங்கதையை வாசிச்சேன்மா, மாமனாரோட மருமகள் ஓடிப்போக நினைக்கிற மனசை நல்லா சித்தரித்திருக்கிற, தத்ரூபமா வந்திருக்கு, அருமைம்மா!” என தாராளமாகப் பாராட்டும் குணமும் உண்டு.

அவருடைய கீர்த்திக்கும் எந்தக் குறையுமில்லை. கொருக்குப் பேட்டை 13வது வட்டம் தோழர் முருகசாமி நினைவுப் பரிசிலிருந்து, தமிழ்நாடு, இந்தியா என்கிற வரைபடத்திற்குச் சொந்தமான பரிசுகள் வரை எல்லாவற்றையும் முறைப்படி எப்படி வாங்க வேண்டுமோ அப்படி வாங்கி இருக்கிறார். நாளிதழ்களிலும், சஞ்சிகைகளில் தொடர்ந்து அவரைப் பற்றி இரண்டொரு வரிகள் எழுதுகிறார்கள், ‘எனக்கும் இலக்கியம்

வரும்' என்கிற சினிமா நடிகர்கள் வீடு தேடி வருகிறார்கள். வட ஆப்ரிக்க குளுபுளு மொழியில் தம்முடைய கவிதை வெளிவந்தாகவும் அதை அந்நாட்டு அதிபர் வெளியிட்டதாகவும் சொல்கிறார்.

'எட்டும் எட்டும் பதினாறு, எதிர்த்த வீட்டுப் பெண் யாருன்னு' கவிதை எழுதினப்போ நம்ம எழுத்துசாமிக்குப் பதினாலு வயது. பிறகு சிறுகதைகள் நாவல்கள் என்று எழுத ஆரம்பித்தார். செங்கணாச்சேரி செந்தூர் பாண்டியன்போல தமிழ் எழுத்துலக சாம்ராச்சியத்தை கட்டி ஆளும் கனவு அவருக்கு முதல் கவிதைத் தொகுப்பு வெளிவரும்போதே இருந்தது. இரண்டொரு தொகுப்புகள் போட்டார். பதிவுத்துறை உத்தியோக உயர்வைக்காட்டிலும் எழுத்தில் பிரமோஷன் வாங்கணும். அதில்தான் பெருமை என்பது இலட்சியமாக இருந்தது, அதைத் தடித்த கழுத்தும் கனத்த சரீரமும், நடந்தால் மேல் மூச்சு கீழ் மூச்சு(?) வாங்குகிற பாரியாள் சௌபாக்கியத்திடம் சொல்லவும் செய்தார்.

"என்னவோ செய்யுங்க, தம்படிக்குப் பிரயோசனமில்லாத எழுத்து பொழப்பு, பையன் தலைக்கு மேல வளர்ந்துட்டான், வரிசையா மூணு பொண்ணுங்க இருக்கு, மறக்காம இருந்தா சரி", என்ற மனைவியின் நியாயமான எச்சரிக்கையையும் அலட்சியம் செய்தவரில்லை.

ஒருமுறை பரிசுக்குழுவில் இருந்த சக எழுத்தாளர் ஒருவர் "அண்ணே, முன்பின் நவீனத்துக்கான டபுள் டக்கர் நாவல் பரிசை இந்த வருஷம் நம்ம சொக்கப்பனுக்கு கொடுக்கலாம்னு இருக்கோம், பத்து வருஷமா எழுதறான். ஆட்டோ டிரைவர், குடும்பமும் கஷ்டத்துல இருக்கு, அடிக்கடி எங்களையெல்லாம் வந்து பார்த்துட்டு டீ காபின்னு வாங்கிக் கொடுத்துட்டுப் போற பணிவான பையன். அவர் நம்ம சாதின்னும் உங்களுக்குத் தெரியும், அதனால" என்று இழுத்தபோது இவருக்குக் கோபம் வந்துவிட்டது, குறுக்கிட்டார், "நீங்க ஒருத்தனும் எழுத்துக்குப் பரிசு கொடுக்கறதில்லைன்னு எனக்கும் தெரியும், அந்த தைரியத்துலதான் எனக்குக் கொடுங்கன்னு கேக்கறன்.

கூடுவாஞ்சேரியில ஒம் பட்டா நெலத்துக்கு வில்லங்கம் எடுக்கணும்னு ரெண்டுமாசத்துக்கு முன்ன நீ சொன்ன ஞாபகம், பிரச்சனை முடிஞ்சுடுச்சா?" என இவர் கேட்க "இல்லை" என்பது எதிர்த்தரப்பு பதில். "என்ன பண்ணுவியோ ஏது பண்ணுவியோ எனக்குத் தெரியாது, பரிசு எனக்கு வேணும், ஒங் கூடுவாஞ்சேரி பிரச்சனை முடிஞ்சுதுன்னு வச்சுக்கோ" என்று சொல்லி போனை வைத்துவிட்டார். எதிர்பார்த்ததுபோல பரிசு அவருக்குக் கிடைத்தது. இவருக்குப் போட்டியாக இருந்த இளைஞனுக்கு குடும்பக் கஷ்டத்தைவிட, நான்கைந்து பாட்டில்களை அந்த மாசத்துல கூடுதலாக வாங்க முடியுமென்ற கனவில் மண்ணைப் போட்டிருந்தார்.

லோக்கல் பரிசுகள், அவற்றோடு வாங்கிய கேடயங்கள், இடம்போதாமல் ஷோகேசில் நாட்டிக்கொண்டு கிடக்க, தேசியவிருதை வாங்கவில்லை என்ற ஒரு குறை நெடுநாளாக இருந்தது. நெருங்கிய நண்பர்கள் சிலர் "என்ன எழுத்துசாமி, எல்லா பரிசுகளையும் வாங்கிட்டீங்க தேசிய விருதை வாங்கலைன்னா எப்படி, அவரைப் பாருங்க வாங்கிடலாம் இவரைப் பாருங்க வாங்கிடலாமென" உற்சாகமூட்ட இவரும் தம்முடைய 'தாடியில் ஆங்காங்கே வெள்ளை மசுரு' நாவலில் இரண்டு பிரதியை அனுப்பிவைத்தார். அவருடைய எழுத்துகளை வாசிக்கும் மனைவி திருப்தியுடன் தலையை ஆட்டியது அதொன்றுக்குத்தான் என்ற காரணம் ஒரு பக்கம், ஐம்பது வயதில் அந்தப் பரிசை வாங்கியவன் நானொருத்தனாகத்தான் இருக்கணும் என்கிற வைராக்கியம் இன்னொரு பக்கம். பரிசுக்குழுத் தலைவர் அஸ்ஸாமைச் சேர்ந்தவர். அவர் எழுதிய கவிதைகளையும் சிறுகதைகளையும் தெலுங்கு, மலையாளம், கன்னடம் என தெரிந்தவர்களைக்கொண்டு மொழிபெயர்த்தார், ஒரு மலரும் வெளியானது. இவர் தந்திரங்கள் பலித்து தேசிய விருது செய்தியைப் பரிசுக் குழுத் தலைவர் அறிவித்தபோது அன்றும் நம்ம எழுத்துசாமி சொந்த கிராமத்து இலுப்பை மரத்தடியில் ஒதுங்கி முடித்து ஒரு சொம்பு நீரால் பிருஷ்டத்திற்கு அபிஷேகம் முடித்திருந்தார்.

தமிழ் அன்னையின் சுவாசமே தமது கவிதைகளிலும், சிறுகதைகளிலும், நாவல்களிலும் இருப்பதாக நம்பும் எழுத்துசாமிக்கு கடந்த ஒருமாதமாக நெஞ்செரிச்சல். தம்முடைய இலக்கியப் புகழுக்கு ஈடு இணை எவருமில்லை என நினைத்திருந்தபோதுதான் அவருடைய நெடுநாளைய எதிரியான பால்ய வயது சினேகிதன் நமச்சிவாயம் வீடு தேடிவந்தார்.

உங்களுக்கு நமச்சிவாயம் என்ற பெயரை தெரிந்திருக்க வாய்ப்பில்லை, பதிலாக பேய்மழை பேச்சாண்டி என்றால் நீங்கள் புளகாங்கிதமடைந்து மெய்சிலிர்க்கக் கூடும். இடைநிலைப் பள்ளி ஆசிரியர், கூடுதல் தகுதி பட்டிமன்ற பேச்சாளர், நடுவர். இருபது ஆண்டுகளுக்கு முன்பு கிராமத்து முத்தாலம்மன் கோவில் திருவிழாவில் நமச்சிவாயம் பேசத் தொடங்கினார். 'முத்தாலம்மனும் கம்பனும்' என்ற தலைப்பில் பேசியவர், முத்தாலம்மனை சீதை என்றார், தொடர்ந்து குஷ்பு, ரம்பா, மும்தாஜ் என பல ரேஞ்சுக்கு கம்பன் கதை நாயகியை ஒப்பிட்டு பாடியும் ஆடியும் பேச ஒட்டுமொத்த கிராமமும் வாய் பொளந்து கேட்டது. ஊர் பஞ்சாயத்து தலைவரும் தருமகர்த்தாவும் பேய்மழை பேச்சாண்டி என்ற பட்டத்தைக் கொடுத்து பெரிய கேடயமும் வழங்கினார்கள். அன்றைய தினம் ஊர்த் திருவிழாவுக்கு வந்திருந்த எழுத்துசாமி, அஜீரணம் காரணமாக இரண்டு கோலிசோடாவை விழுங்க வேண்டியிருந்தது.

மாநில விருது, மத்திய (ஒன்றிய?) விருது என வாங்கிக் குவித்துள்ளபோதிலும் அவருடைய மெய்க்கீர்த்திகளை அறிந்த ஊர் ஆசாமிகள் இன்றைக்கும் பத்துப்பேர்கூட தேறமாட்டார்கள். மாறாக பேய்மழை பேச்சாண்டி என்கிற நமச்சிவாயத்தை எல்லோருக்கும் தெரிந்திருந்தது. இவரிடமே "நம்ம நமச்சிவாயம் எங்கேயோ போயிட்டாம்பா. அடிக்கடி டிவி பொட்டியிலே வந்து போறான், ஒன்ன அப்படிப் பார்க்க முடியலை" எனக்கூறி அவர் வயிற்றெரிச்சலைக் கொட்டிக் கொள்கிறார்கள்.

அந்த நமச்சிவாயம் வீடு தேடி வரவேண்டிய காரணமும் புரியாமலில்லை. சரியாக ஒருவாரத்திற்கு முன்பு கிராமத்து இளைஞர்கள் இருவர் எழுத்துசாமியைப் பார்க்க வந்திருந்தனர். "இந்த வருட முத்தாலம்மன் திருவிழாவில் பிறந்த மண்ணுக்குப் புகழ்தேடிக்கொடுத்தவர்களைப் பாராட்டப் போகிறோம்" என்றார்கள். எதிர்பார்த்தது போலவே இவருடைய பெயரும், பால்ய சினேகிதன் பெயரும் அழைப்பிதழில் இருந்தன. இரு பெயர்களுக்கும் ஒரே எழுத்துவகையை உபயோகித்திருந்தார்கள், எழுத்தின் பரிமாணமும் ஒன்றுபோலவே இருந்தன. 'எழுத்துசாமி' என்ற பெயரை மேலும், 'பேய்மழை பேச்சாண்டி' பெயரை கீழுமாக அச்சடித்திருந்தார்கள், இதை எப்படி எடுத்துக்கொள்வதென்கிற குழப்பம் எழுத்துசாமிக்கு இருந்தது.

சரியாக ஒரு வாரம் கழித்து நமச்சிவாயம் வீடுதேடிவந்தார். விழாவையும் பரிசையும் நினைவூட்டிய சினேகிதன் "தவறாமல் வந்திடு, ஊர்ப் பசங்க ஏதோ விருது கொடுக்கப் போறாங்களாம்", என்றபோது அவர் கண்களில் தெரிந்த எள்ளலும், உதட்டோரம் வெளிப்பட்ட அலட்சியமும் கோபத்தையூட்ட, அதைச் சாமர்த்தியமாக சிரித்துச் சமாளித்தார்.

ஊர் உலகத்தையெல்லாம் ஜெயிக்க முடிந்த தம்மால் உள்ளூரில் ஜெயிக்க முடியவில்லை என்பதை நினைக்க ஆத்திரம் ஆத்திரமாக வந்தது. தேடிவந்த இளைஞர்களில் ஒருவன் கதை கவிதைகள்னு வாசிக்கிற பையன். ஆனால் இதுநாள்வரை வாய்திறந்து இவரைப் பாராட்டியவனில்லை என்கிறபோதும் பேச்சாண்டியா, எழுத்துசாமியா என்கிறபோது இவரைத் தேர்ந்தெடுக்க வாய்ப்பிருக்கிறது.

திருவிழா தொடங்குவதற்கு இரண்டு நாள்கள் முன்பாகவே கிராமத்துக்கு வந்துவிட்டார் . தமது வழக்கமான சாதுர்யத்துடன் ஊர்ப் பெரியவர்களைப் பார்த்தார். வெத்திலை பாக்கு பழமென தட்டில் வைத்து அவர்கள் காலில் விழுந்தார். வீடு திரும்பியபோது தகப்பனார், சத்தம்போட்டார்: நம்ம கால்தூசிக்குப் பொறமாட்டானுவ, அவனுங்க காலில் போய் விழுந்திருக்க, நாளைக்குப் பின்ன நான் தெருவுல

தலைகாட்ட முடியுமா? என ஆதங்கத்துடன் கண்டித்தார். ஆனால், தந்தையிடம் "எனக்கு பேச்சாண்டி நமச்சிவாயத்தை எப்படியாவது தோற்கடிக்கணும், மான அவமானத்தைப் பார்த்தா முடியுமா!" என கேட்க நினைத்தாலும் வார்த்தைகள் வரவில்லை. ஒன்றே ஒன்று பாக்கி, அதையும் நாளை காலை நிறைவேற்றிவிட்டால், கிராமத்து விருது தனக்கென்பது நிச்சயமென உறங்கச் சென்றார். வெகு நேரம், புரண்டு நெளிந்து கடைசியில் எப்போது தூங்கினாரென்றே அவருக்குத் தெரியாது.

கண்விழித்தபோது நன்கு விடிந்து விட்டது. அவசரமாக தன்னுடைய 'பதி' எங்கு போகிறார் என்பதை விளங்கிக்கொண்டு உதட்டைச்சுழித்த வாழ்க்கைத்துணை, "ஏங்க, ஒழுங்கா பாத்ரூம் கட்டிவச்சிருக்கிறப்ப எங்க கிளம்பிட்டீங்க, பூச்சி பொட்டு எதுனா கடிச்சா நாளைக்கு எங்க கதி?" என்ற மனைவியின் பதிபக்தி எச்சரிக்கையைக் காதில் வாங்கவில்லை. கருமமே கண்ணாக தமது புண்ணிய ஸ்தலத்தைத் தேடி விரைந்தார், இரண்டு நிமிஷநேரம் நடந்திருப்பார். ம்... இலுப்பை மரப் பிராகாரத்திற்குள் நுழைந்திருப்போம் என்ற நம்பிக்கையுடன் வேட்டியை உயர்த்திய கையோடு தலையையும் உயர்த்தினார், இலுப்பை மரம் மட்டுமல்ல அங்கிருந்த புளியமரமும் இல்லை, வெறிச்சோடி கிடந்தது.

"அதுகள சூளைபோட வெட்டி ஆறு மாசம் ஆவுது" என ஒரு குரல் அசரீரி போல ஒலிக்கத் திரும்பினார், வேகமாக ஒருவர் நடந்துகொண்டிருந்தார், பார்க்க பேச்சாண்டிபோல இருந்தது.

9. பகை

கைக்கடிகாரத்தைப் பார்த்தேன் மணி நான்கு, அதாவது மாலை மணி நான்கு. உறுதிப்படுத்திக்கொள்ள சுவர்க் கடிகாரத்தையும் பார்த்தேன், சின்னமுள் நான்கிலும் பெரிய முள் மூன்றிலும் நாரையொன்று அலகுகளை விரியத் திறந்திருப்பதுபோல இருந்தன. சுவர்க் கடிகாரத்தின் சாட்சிப்படி மணி நாலேகால். நம்முடைய பண்பாட்டின்படி, தாமதத்தைக் கடைப்பிடிக்கவேண்டும் மாறாக பதினைந்து நிமிடம் முந்திக்கொள்கிறது. “இந்த வீட்டுக்கென்று வாய்த்ததெல்லாம், ஏடாகூடமாகத்தான் ஏதாவது செய்யும்”, என என்னுடைய மனைவி அடிக்கடி புலம்புவாள். அப்படித்தான் சுவர்க் கடிகாரமும் நடந்துகொண்டது. ஆக மணி மாலை நாலுமல்ல நாலேகாலும் அல்ல, இந்த இரண்டுக்குமிடையில் ஏதோ ஒரு நேரம். நிகழ்ச்சி மாலை ஐந்து மணிக்கு என்று அறிவித்திருந்தார்கள், துவங்க ஒரு மணிநேரமாவது ஆகும். நம்ம ஊரில் திருமணம் மட்டுமே நேரத்திற்கு நடக்கவேண்டும், முகூர்த்த நேரம் தவறக்கூடாது. மற்றதெல்லாம் நம்ம தலைவிதியைப் பொறுத்தது. ஆனால் சற்று முன்னதாகப் போனால் பிரான்சு நண்பரிடம் சில நிமிடங்கள் பேசலாம், விழாவில் முக்கிய பிரமுகர்கள் பலபேர் வருகின்றார்கள் எனத் தெரிவித்திருந்தாலும், பழைய நெருக்கமான நண்பராயிற்றே

ஒன்றிரண்டு நிமிடங்கள் ஒதுக்காமலா போய்விடுவார் என்கிற நம்பிக்கை இருந்தது. உண்மையில் அதொரு புத்தக வெளியீடு நிகழ்ச்சி. நூலாசிரியரான சினேகிதர் பிரான்சு நாட்டிலிருந்து வந்திருந்தார். புத்தகத்தின் பெயர் 'காதுல பூ'.

நான் எழுத்தாளனும் அல்ல வாசகனும் அல்ல. ஐந்து மணிக்கு புத்தகவெளியீட்டு நிகழ்ச்சிக்குப் போகவேண்டுமென்றேன் இல்லையா? அதைக் கொண்டு எனக்குப் புத்தகம் படிப்பதில் ஆர்வமிருக்கும் என நினைக்கவேண்டாம். எனக்கு ஒரு மண்ணும் தெரியாது. ஐந்தாம் வகுப்பில் பொத்தகத்தைப் புரட்டிப் பார்த்ததோட சரி, நான் சராசரித் தமிழன், பொழைப்பை பார்க்கவே நேரம் சரியாக இருக்கிறது. வீட்டுக்கு வர பேப்பர்ல "முதலமைச்சர் பாலத்தைத் திறந்தார், நடிகை சமீதாவுக்கு மூன்றாவது திருமணம், பஸ் மீது லாரி மோதி நான்குபேர் சாவு" என வாசிப்பதோட சரி. ஆகஸ்ட் 15 வந்தால் எனக்கு 70 வயது. கிராமத்திலிருந்து வந்தவன். ஐந்தாம் வகுப்பிற்கு மேல் கிராமத்துப் பள்ளியில் படிக்க வசதியில்லை. அதற்கு மேல் பள்ளியில் எரவாணம் மட்டுமே இருந்தது. பிறகு?

பிறகென்ன விவசாயம்தான். கோவணம்போல முன்னோர்கள் சம்பாதித்த முப்பது செண்ட் நிலம் பூர்வீகச்சொத்தா இருந்தது. ஐப்பசி, கார்த்திகையில வானம் பொய்க்கலைன்னா ஏரி, நிரம்பும். இலை தழையோட உரத்தைப்போட்டு, சேடைகூட்டி, பரம்படித்து நாற்றங்காலிலிருந்து நாற்றைப் பிடுங்கி, இடையில் களையெடுத்து யூரியா போட்டு, பூச்சிமருந்து தெளிச்சு. மாடு கண்ணு மேயாம காவல்காத்து, அறுவடைக்குப் பின்னேயாவது விளைந்த நெல் வீடு வருமா என்றால் சுலபத்தில் வராது, புரோ நோட்டு பேருல வாங்கின கடனுக்கு வட்டி நெல்லை களத்துலேயே அளக்கணும். ஒரு போகம்தான் நெல்லு. மற்ற காலங்களில் கேழ்வரகோ எள்ளோ எதையோ வெதைச்சு வயித்தைக் கழுவணும். உழுதவன் கணக்குப் பார்த்தால் உழக்குக் கூட மிஞ்சாது, எனக்கும் அதுதான் நடந்தது. இருந்த முப்பது செண்ட் நெலத்தையும் கடன்காரன்கிட்ட கொடுத்துட்டு புதுச்சேரிக்கு வந்தேன். மார்க்கெட்டுல, தாலிக்கயிறு அரைநா கயிறு, வளையல்னு வித்ததுபோக, இன்று

நேரு வீதியில எப்போரியம் என்கிற பேருல பெண்களுக்கு குழந்தைகளுக்குத் தேவையான பொருள்கள், அலங்காரப் பொருட்கள் விற்கிறேன், சொந்தமா வீடும் இருக்கு, போதிய வருமானம் இருக்கு, பிள்ளைகள் படிச்சுட்டு ஒருத்தன் பம்பாயிலும் இன்னொருத்தன் மெட்ராஸிலும் இருக்கான். வீட்டுல நானும் எம்பொண்டாட்டியும்தான். கிராமத்துல பட்ட கஷ்டம் புதுசேரியில இல்லை.

ஒரு வாரத்துக்கு முன்ன பிரான்சு நாட்டிலிருந்து வந்திருந்த பழனியைச் சந்தித்தேன். பால்ய வயது நண்பன். நெருங்கிய சினேகிதன். இருந்தாலும் பழனியை "வாங்கபோங்க", "அவர் இவர்னு" கூப்பிட்டுப் பழகிப்போச்சு. அறுபதுகளில், ஊரில் அவர்கள் வீட்டுக்குக் கம்பத்துக்காரக் குடும்பம்னு பேரு. நிலம்பொலம்னு வசதியா இருந்தார்கள். எங்க கிராமத்துல என் வயசுப் பசங்களையெல்லாம் வாடாபோடான்னுதான் சொல்வாங்க, ஆனால் அவனை வாங்க தம்பி போங்க தம்பின்னுதான் ஊர்சனம் மொத்தமும் கொண்டாடும். "ஏதோ ஒங்கூட எறங்கிவந்து பழகிட்டதால அவரும் நீயும் ஒண்ணா" என எங்கப்பாரும் ஒருமுறை எச்சரித்திருந்தார். இத்தனைக்கும் பழனி வீடும் என் வீடும் எதிரெதிர் வீடுகள். எங்க தொடக்கப் பள்ளி வாத்தியார்கூட 'வாங்க தம்பி, சொல்லுங்க தம்பி'ன்னுதான் அவனிடம் பேசுவார்.

ஒண்ணாம் கிளாசுல இருந்து அஞ்சாம் கிளாசு வரைக்கும் சேர்ந்து படிச்சோம், பனந்தோப்பு, ஏரிக்கரை, மந்தைவெளின்னு சேர்ந்தே சுத்தனோம். இருந்தும், என் மனசுல இருக்கிற 'அவன்' தொண்டைக்கு வந்ததும் என்ன நடக்குமோ வாயைக் கடக்கிறபோது 'அவர்' ஆகிடும். அவனுக்குத் தான் பெரிய எடத்துப் பிள்ளைங்கிற நினைப்பு எப்பவும் மனசுல இருக்கும். அவன் ஆறாம் வகுப்பு ஏழாம் வகுப்பு, எஸ்எஸ்எல்சி, காலேஜ்ன்னு படித்தான். கிராமத்துக்கு ஒருமுறை வந்திருந்தபோது நான் அவனுக்காக பனை மரத்துல ஏறவேண்டியிருந்தது. "பார்த்தியா உன்னைவிட நான்தான் இப்ப உசரத்துல இருக்கேன்" என்றேன். இறங்கி இருவருமாக நுங்கை உறிஞ்சிக்கொண்டிருந்தபோது, "என்னுடைய பனை மரங்கள் வேற, அதுலெல்லாம் நீ ஏறப்

போதாது" என நமுட்டுச் சிரிப்புடன் தெரிவித்தது, இன்றைக்கும் மனதில் இருக்கிறது. அந்தப் பழனிதான் பிறகு சொந்தக்காரப் பெண்ணைக் கல்யாணம் பண்ணிக்கிட்டு பிரான்சுக்கும் போயிட்டான். காலமும் தூரமும் இடைவெளியைக் கூட்டி, நட்பை உலுத்துப்போக வைத்திருந்தது. நான்கைந்து வருடங்களுக்கு ஒருமுறை புதுச்சேரிக்கு வருவதுண்டாம், எனக்கு எம்பொழைப்பு முக்கியம். சந்திக்க முடிந்ததில்லை. எல்லாம் முடிஞ்சுட்டுதுண்ணு நினைத்தேன்.

இரண்டு நாளைக்கு முன்னாடி என்னுடைய கடைக்குள்ள தம்பதி சமேதராக ரெண்டுபேர் உள்ளே வந்தார்கள். பிரான்சுல இருந்து வந்த வயதான தம்பதிகளென்று புரிந்தாலும், கணவருடைய முகத்தை எப்போதோ சந்தித்த ஞாபகம். அத்தம்பதிகள் கடைசியில் என் சினேகிதன் பழனியும் அவர் மனைவியும். எனக்குக் கையும் ஓடலை காலும் ஓடலை, உறைந்து போய் நின்றேன். நரை, வயிறு இரண்டு விஷயத்திலேயும் எனக்கும் பழனிக்கும் அதிக பேதமில்லை. வெகுநாளாக பார்க்காம இருந்து பார்த்த சந்தோஷத்துலே, அவனைக் கட்டிப்பிடிச்சு, இரண்டொரு வார்த்தைகள் பரிமாறிக்கொண்டோம். எங்கிட்ட வேலை பார்த்த பையன் கிட்ட கடையை விட்டுட்டு, அவர்களை அழைத்துக்கொண்டு பக்கத்திலிருந்த இந்தியன் காபி ஹவுஸுக்குப் போனேன். காபி சாப்பிட்டோம், ஊரு கதை, உறவுக் கதைன்னு பேசினபோதுதான், தான் இப்போது ஒரு எழுத்தாளனென்றும் நாவல்கள் எழுதறதாகவும் சொன்னான். அதைச் சொல்கிறபோது முகத்துல சின்ன வயசுலக் கண்ட அதே கர்வமும் சந்தோஷமும். "காதுல பூ"ன்னு ஒரு நாவலை வெளியிட இருப்பதாகவும்; அது "அமைச்சர்கள், சபாநாயகர், மூத்த இலக்கியவாதிகள் கலந்துகொள்கிற பெரிய நிகழ்ச்சி என்கிறபோதும், நீ என்னுடைய பால்ய வயது சினேகிதன், வந்தால் எனக்கு சந்தோஷம்", என்றான். பின்னர் அவன் தன் மனைவியைப் பார்க்க அந்த அம்மாளும் கைப்பையைத் திறந்து செண்ட் மணக்க ஓர் அழைப்பிதழையும் தந்தார். விடைபெறும்போது "புதுச்சேரியைச் சேர்ந்த ஒரு விஐபி பேரைச் சொல்லி, அவர பாரீசுல ஓர் இலக்கிய விழாவுக்கு

ஏற்பாடு செய்திருப்பதாகவும் அதுபற்றிப் பேச வீட்டிற்கு அழைத்திருக்கிறார், அழைத்துப்போக அவருடைய பி.எம். டபுள்யு கார் தன் வீட்டிற்கு வருகிறதென்றும் தெரிவித்தபோது, "என்னுடைய பனைமரங்கள் வேற" என்று ஒருமுறை அவன் தெரிவித்தது நினைவுக்கு வந்தது. அந்தப் பாரீஸ் சினேகிதன் பழனியின் புத்தக வெளியீடு நிகழ்ச்சிக்காகத்தான் நான் கிளம்பிக் கொண்டிருக்கிறேன்.

இருந்ததில் ஒரு நல்ல வேட்டியாக அலமாரியிலிருந்த சலவைத் துணிகளுக்கிடையிற் தேடி, அதன்மேல் ஒரு வெள்ளைச் சட்டையையும் போட்டுக்கொண்டு, கண்ணாடியில் தலையின் மத்திய பாகத்தைத் தரிசாகவிட்டு கோரைப்புற்களாக வளர்ந்திருந்த வெண்ணிறக் கேசத்தை ஒழுங்கு செய்துகொண்டு அறையை விட்டு வெளியில் வந்தேன். கூடத்தில் தலைக்குக் கையைக் கொடுத்து ஒருக்களித்து படுத்திருந்த மனைவியைக் கடந்து செல்ல எத்தனித்தபோது, காலடிச் சத்தம் கேட்டு அவள் எழுந்து உட்கார்ந்தாள். அவளுக்கு அடிக்கடி மூச்சிரைப்பு வரும், ஆஸ்துமா உடம்பு வேற.

"ஏங்க காப்பி குடிக்காம போறீங்களே? என்றாள், மூச்சு வாங்கியபடி.

- பிரச்சனை இல்லை, போற எடத்துல பார்த்துக்கறேன்! - நான்.

- சரி சரி... அந்தக் கடிதாசியைக் கையில எடுத்துக்கனீங்களா?

என்ற கேள்விக்கு, "நான் எடுத்துக்கிறேன், நீ படு!" எனத் தெரிவித்துவிட்டு அவளைக் கடந்து, முன் கூடத்தின் மேசைமேல் கிடந்த கவரை எடுத்துக்கொண்டு, செருப்பையும் மாட்டிக்கொண்டு, கதவைத் திறந்து வீதியில் கால் வைக்க வெயில் உருமத்துல காயறமாதிரி இருந்தது. "புதுசேரியில் கடல் பக்கத்துலன்னு பேரு, காத்தும் இங்க அனலா இருக்கு", என எதிர்ப்பட்ட மனிதர் என் மனதைப் படித்தவர்போல தெரிவித்துவிட்டுக் கடந்துபோனார். மனிதர்களின் முகங்கள் இறுக்கத்துடனும் சோர்வுடனும் இருக்கின்றன, இருந்தும்

அவர்கள் நடையில் வேகம். ரோட்டைக் குறுக்காகக் கடந்து சிறிது நேரம் சுவர்கள் நிழலில் நடக்கலாம் என ஆசைப்பட, "யோவ் பெருசு, வீட்டுல சொல்லிட்டுகில்லிட்டு வந்திட்டியா!" என்றொரு குரல், திரும்பிப் பார்க்கிறேன், இருசக்கர வாகனமொன்று வேகமாக என்னைக் கடந்து செல்கிறது.

சட்டைப் பையில இருக்கும் கடுதாசி ஞாபகம் வந்தது. கிராமத்துல என் வயது ஆட்கள் விவசாயம் செய்தோம் வீட்டுல இருந்தோம்னு இல்லாமல், யாரு என்ன சொன்னார்களோ அல்லது எங்கே காதில் வாங்கினார்களோ ஏழெட்டு வருடங்களாக எங்கள் கிராமத்தை முன்மாதிரி கிராமமாக ஆக்கவேண்டும் என்கிற ஆசையில் சங்கம் வைத்து, ஊருக்கு நல்ல காரியங்களைச் செய்கிறார்கள். கலெக்டர், அமைச்சர்கள்னு வந்து பாத்துட்டு ஊரையும் அவர்களையும் பாராட்டினதாகவும் கேள்வி. புதுச்சேரிக்கு வந்து என்னையும் அவ்வப்போது அவர்கள் வந்து பார்ப்பதுண்டு, நூறு இருநூறுன்னு கையில இருக்கிறதைக் கொடுப்பேன். இரண்டு நாளைக்கு முன்பாக அவர்கள் சங்கத்துப்பேருல ஒரு கடிதம் டில்லி கவர்மெண்ட்ல இருந்து வந்ததுன்னு காட்டினாங்க, இங்கிலீசுல இருக்குதுன்னும், சொன்னாங்க. "கிராமமெல்லாம் முன்னமாதிரியா இருக்கு வீட்டுக்கு வீடு படிச்ச பசங்க இருப்பாங்களே காட்டனீங்களான்னு" கேட்டேன். "கேட்டோம், கேக்காம இருப்போமா? நம்ம சங்கத்துக்கு டில்லியில வச்சு ஏதோ விருது கொடுக்கிறாங்களாம். ஒருத்தருக்குத்தான் டிக்கெட்டுக்கும் காசு கொடுப்பாங்களாம். பொத்தாம் பொதுவா அழைப்பு இருக்கிறதாலே, ஊர்ல எங்களுக்குள்ள போட்டாபோட்டி. அதனாலதான் ஒங்ககிட்ட கொடுத்தோம்னு" சொல்லிட்டு போயிட்டாங்க.

புத்தக வெளியீட்டு விழா நிகழ்ச்சியை பிரான்சு நண்பர் நட்சத்திர ஓட்டலில் வைத்திருந்தார். நான் நாலேமுக்காலுக்கெல்லாம் விழா ஹாலை அடைந்துவிட்டேன். மேசைகளில் ஆங்காங்கே முடிச்சு முடிச்சாக மனிதர்கள். எல்லோரும் பேண்ட் சட்டையில் இருந்தார்கள். நான் மட்டுமே வேட்டி சட்டையில், அக்கூட்டத்தில் பொருந்தாத ஆள். எல்லோரும் மது, குளிர்பானமென்று

அருந்திக்கொண்டிருந்தார்கள். "பொத்தக விழாவா இல்லை, இடம் மாறி வந்துட்டமா", என நம்பிக்கையின்றி மேடையைப் பார்த்தேன். பழனியின் பெயரைப் போட்டு, 'காதுல பூ' நூல் வெளியீட்டு விழா என்றும் எழுதியிருந்தது. நண்பர் பழனியைத் தேடி, சுற்றும் முற்றும் பார்வையை ஓட்டினேன். ஒரு மேசையில் சில நண்பர்களுடன் பேசிக்கொண்டிருந்தார். வந்திருந்த அனைவருமே எழுத்தாளர்களாகவோ அதிகம் படித்த மனிதர்களாகவோ இருக்கவேண்டும் அவர்கள் தோரணை அப்படித்தான் இருந்தது, எனக்குக் கூச்சமாக இருந்தது. அவர்கள் வாசிப்பு சம்பந்தமாக ஏதாவது கேட்டால் என்ன சொல்வது? அவர்களைப்போல நாகரிகமாக இரண்டொரு வார்த்தை எனக்குப் பேச வருமா? என்கிற குழப்பம் அதிகமாகவே, திரும்பிவிடலாம் போன்றிருந்தது. அதேவேளை சட்டைப் பையில் என் மனைவியைப் போலவே காகித உறைக்குள் சுவாசிக்கச் சிரமப்பட்டுக்கொண்டிருந்த டில்லி கடிதம் ஞாபகத்திற்கு வர, ஹாலுக்குள் நுழையவும், சினேகிதன் பார்த்துவிட்டான்.

"துரைசாமி வாங்க வாங்க, எங்கே வராம போயிடுவீங்களோன்னு நினைச்சேன். இந்த நாற்காலி உங்களுக்காகத்தான் காத்திருக்கிறது, ஏன் உள்ளே வந்துட்டு திரும்பப் போறீங்க?

- ஏதோ நீங்க கூப்பிட்டதும் யோசிக்காம வரேன்னு சொல்லிட்டேன். இங்கே வந்தப்போறத்தான், எல்லோரும் பெரிய ஆளுங்கன்னு தெரியுது. படிச்சவங்க நீங்க. நான் பட்டிக்காட்டான், அதனால மனசுல தயக்கம்.

- ஆமாம் நீங்க சொல்றது வாஸ்துவம், வந்திருக்கிறவங்கெல்லாம் பெரிய பெரிய எழுத்தாளர்கள். நீங்க டி.வில்லாம் பார்ப்பதுண்டா? யூடியூப், கையில ஸ்மார்ட் போன், அப்படி யிருந்தா, இதுல பல முகங்கள் உங்களுக்குத் தெரிஞ்சிருக்கும். இன்னைக்கு இங்கே கூட என் நிகழ்ச்சியைக் கவர் பண்ண டீ.வி.க்காரங்க வராங்க."

பழைய பழனிதான் ஆள் மாறலை. என்று புரிஞ்சுது, "நான்

எவ்வளவு உயரம் வளர்ந்துட்டேன் பாரு" என்பதைக் காட்டக் கூப்பிட்டிருக்கான்.

எதிரில் குளிர்பானத்தைக் குடித்துக்கொண்டிருந்த விருந்தினர்கள் பழனி கூறியதை ஆமோதிக்கவுமில்லை மறுக்கவும் இல்லை. உயர்த்திய பானத்தை வாயில் கொண்டுபோகாமல், குவளையை மேசையில் வைத்துவிட்டு வாய்திறந்து பொறுமையுடன் காத்திருக்கிறார்கள்.

"டி.வி. முன்னாடி ஒக்கார எனக்கு நேரமில்லை. கடையை மூட இரவு பதினோரு மணி ஆயிடுது. சரி, விழா ஐந்து மணிக்கு ஆரம்பம்னு சொன்ன. அதற்கான அறிகுறிகளில்லையே! - என்றேன்.

- இல்லை விஐபிக்கள் ஆறு மணிக்கு மேலத்தான் வருவாங்க. மெயினான ஃபங்ஷன் ஆறரை மணிக்குத்தான் ஆரம்பம்.

- பழனி சார், இவர் யாரு எவருன்னு சொல்லாம நீங்கபாட்டுக்கு பேசிக்கிட்டிருந்தா என்ன அர்த்தம்.

எதிரிலிருந்த பழனியின் சினேகிதர் ஒருவர் கேட்டார்.

- மன்னிக்கணும், இவரு என் பால்ய கிராமத்து சினேகிதர். பேரு துரைசாமி, நம்மளைப்போல அதிகம் படிச்சவரில்லை. நேருவீதியில சோப்பு சீப்பு, ரிப்பன், ஒயர் கூடைன்னு ஏதோ பொழைப்பை ஓட்டறார்."

எனக்குப் பொறுமையில்லை. சட்டைப்பையிலிருந்த, கிராமத்து சினேகிதர்களுக்கு வந்திருந்த கடிதத்தை எடுத்து பழனியிடம் கொடுத்தேன். அவன் அதைப் படித்துவிட்டு எதிரிலிருந்த நண்பரிடம் கொடுத்தான். அதை வாங்கிப்படித்த பழனியின் நண்பர், தன்னருகே அமர்ந்திருந்த மற்றவரிடம் கொடுத்தார். தற்போது மூவரும் பேயறைந்தவர்களைப் போல இருந்தார்கள், இமைக்க மறந்தவர்களாக என்னையே சிலநொடிகள் பார்த்துக் கொண்டிருந்தார்கள். பழனிதான் பேசினான்:

"நம்ம கிராமத்துல இருக்கற சங்கத்துக்கு ஜனாதிபதி அவார்டு கொடுக்கறதா எழுதியிருக்கிறதே, அதெப்படி உங்கிட்டே?

- ஆமாம் டில்லி கவர்மெண்ட்ல இருந்து எழுதியிருக்கறாங்க, யார் போறதுங்கிறதுல அவங்களுக்குள்ள பிரச்சனை. ரெண்டு நாளைக்கு முன்னாடி இந்தக் கடுதாசி எங்கிட்ட வந்தது. அடுத்தவங்க இடத்துல நாம எப்படின்னு எனக்குக்கூட குழப்பமாகத்தான் இருந்தது. மனைவிகூட "குழப்பமில்லாம டில்லிக்குக் கிளம்புங்க, எனக்கும் அங்கல்லாம் போயிட்டு வர ஆசைன்னு" சொன்னாள். உங்ககிட்ட யோசனை கேக்கலாம்னுதான் எடுத்து வந்தேன். ஆனா உங்களையெல்லாம் பார்த்தப்புறம் தெளிவாயிட்டன்.

- புரியலை. என்ன செய்யப்போற?

- என்னோட பனைமரம் வேற"ன்னு சொல்ல ஒரு சந்தர்ப்பம் கிடைக்கிறபோது, ஏன் விடுவானே, அடுத்த தடவை உங்ககூட உட்கார எனக்குத் தயக்கமிருக்காது பாரு!" என்றேன்.

"சந்தோஷம்" என்ற பழனி எழுந்துகொண்டான். ஆனால் அது முகத்திலில்லை. பல வருடங்களுக்கு முன்பாக அவன் கூறிய வார்த்தைகள் நினைவுக்கு வந்திருக்க வேண்டும். தொடர்ந்து "அமைச்சரும், சபாநாயகரும் வந்திட்டாங்க நீங்க பேசிக்கிட்டு இருங்க!" என்று கூறிப்போன ஆசாமி, என் பக்கம் திரும்பவில்லை.

10. சமூக நீதி

*சா*திக் கொடுமைகள் வேண்டாம்; அன்பு
தன்னிற் செழித்திடும் வையம்

என்ற பாடல் வரிகளைத் தெளிவாக உச்சரித்து உரையை முடிக்க, பார்வையாளர்கள் மாத்திரமல்ல மேடையில் இருந்த தலைவர்கள் கூட எழுந்து நின்று கைதட்டினர். கரவொலி அடங்க வெகுநேரம் ஆயிற்று. இந்த முறை ஜெயித்து சட்டசபைக்குச் சென்றால் பொதுப்பணித்துறை அல்லது ஊரக வளர்ச்சித்துறை இரண்டிலொன்றை வாங்கிவிடவேண்டும் என்பதில் உறுதியாக இருந்தார். வந்திருந்த கட்சி பிரமுகர்களுடன் விடைபெற்றுக்கொண்டு மேடையை விட்டு இறங்க, எனோவா காலக்ஸி அவருக்காகக் காத்திருந்தது.

தேவேந்திரன் எழுத்தாளர், கவிஞர், கட்டுரையாளர். பரபரப்பான உலகில் எழுத்தைவிட, பேச்சை மக்கள் கூடுதலாக இரசிக்கிறார்கள். அடுத்து பேனா, மை, தட்டச்சு, அச்சுப் பிரதி, முகம் தெரியாத வாசகர்கள் என்கிற வரிசையைக் காட்டிலும், மேடை, சிம்மாசன இருக்கை, மாலை, சால்வைகள், மைக், வரவேற்புரை, துதிபாடல்கள், கேமரா, வீடியோ; இவர் என்ன பேசினார் என்கிற யோசனைகளின்றி காதில் வாங்கிய மறுகணம்

கைதட்டி, மெய்சிலிர்க்கும் கூட்டத்தின் அருமையையும் உணர்ந்ததின் விளைவு இன்று நட்சத்திர மேடைப்பேச்சாளர், முன்னணி அரசியல்வாதி. தமது கட்சிக்கென ஒரு அரசியல் இருக்கிறது ஒரு கொள்கை இருக்கிறதென வாக்காளர்களை நம்பவைப்பதில் எல்லா அரசியல்வாதிகளையும் போலவே தேர்ந்தவர். கைப்பிடி அமாவாசை சோறுக்கு ஆயிரம் காக்கைகள அழைக்கும் வல்லமை அவர் குரலுக்கு உண்டு. கட்சி சார்ந்த தலவர்களின் சிலைகளுக்கு மட்டுமின்றி வாக்குவங்கியுள்ள அத்தனை தலைவர்களின் சிலைகளுக்கும் தவறாமல் அஞ்சலி செலுத்துகிறார்.

உள்ளூர் அரசியல்வாதிக்கு உதவியாளராகத் தொடங்கிய வாழ்க்கை. தலைவர்களுக்கு பிறந்தநாள், பிரமுகர்களுக்கு நினைவேந்தலென போஸ்டர் ஒட்ட ஆரம்பித்து, கட்சி சார்பில் சாலை மறியலில் கலந்துகொண்டார். ஊர்வலத்தில் முன் வரிசையில் நின்றார். எதிர்க்கட்சித் தொண்டனுடன் வேட்டி அவிழ்ந்தது தெரியாமல் ரோட்டில் கட்டிப் புரண்டிருக்கிறார். கட்சி மேலிடத்தின் கவனம் இவர்பக்கம் திரும்ப, கவுன்சிலர் ஆனார். கூட்டங்களின் பார்வையாளராக இருந்தவருக்கு மேடையில் போடப்பட்ட நாற்காலிகளில் ஒன்றில் உட்கார அனுமதி கிடைத்தது. பேசப்பழகினார். கட்சித்தலைவருக்கு மணிவிழா மலர் வெளியிட்டபோது, தலைவரை காஸ்ட்ரோ, கரிபால்ட்டி, லெனின், முசோலினியெனப் புகழ்ந்தார். பேசும்போதே ஓரக் கண்ணால் தலைவரை ஜாடையாகப் பார்க்க, அவர் கண்களில் மத்தாப்புபோல மகிழ்ச்சியின் தீப்பொறிகள். ஒரு வாரம் கழிந்திருக்கும், பிறபகல் உணவை முடித்து, வழக்கம்போல கட்டிலில் சிறிது நேரம் அயர்ந்து உறங்கிக்கொண்டிருந்தபோது, திருமதி தேவேந்திரன், கட்சித் தலைவரிடமிருந்து போன் என்று இவருடைய கைத் தொலைபேசியைக் கொடுத்தாள். மறுமுனையில் தலைவரின் காரியதரிசி. மூத்தவர் பார்க்க விரும்புகிறார், உடனே புறப்பட்டு வரவேண்டும் என அவர் தெரிவித்தபோது, தான் பிறவி எடுத்த பயனை அடைந்ததுபோல, அப்படியொரு மகிழ்ச்சி. மறுநாள் கட்சி ஆதரவு பத்திரிகையில் முதற் பக்கத்திலும்,

பிற செய்திதாள்களில் தலைவருக்குச் சால்வைபோர்த்திய படத்துடன் செய்தி பிரசுரமாகியிருந்தது. அன்றிலிருந்து கடந்த இருபத்தைந்து ஆண்டுகளாக, தான் இடம்பெறும் பத்திரிகைச் செய்திகளையும், ஆல்பங்களாகத் தயாரித்து இரண்டு அலமாரிகளை நிரப்பி வைத்திருக்கிறார். இவருடைய சாதிக்காரர்கள் தொகுதியில் அதிகம். சாதி ஓட்டுக்களைக் கருத்தில்கொண்டு கட்சி மேலிடமும் சட்டமன்ற உறுப்பினர் ஆக்கி அழகு பார்த்தது.

வீட்டை அடைந்தபோது தேவேந்திரனுக்கு நல்ல பசி. டிரைவர் காரைத் துடைத்துவை. ஐந்து மணிக்கு ஒரு திருமணம். மணமக்களை வாழ்த்திப் பேசணும், என டிரைவருக்கு உத்தரவு பிறப்பித்துவிட்டு வேக வேகமாக, தமது மாளிகைபோன்ற வீட்டிற்குள் நுழைந்தார். புதிய டிரைவர் காரிலிருந்து சால்வைகளையும், மாலைகளையும் உள்ளே கொண்டுவந்து வைத்துவிட்டு முதலாளியின் கட்டளையை நிறைவேற்ற வெளியில் சென்றார்.

கடந்த மூன்று நாட்களாக மாணிக்கமும் அவர் மனைவி செண்பகம் இருவருமே வேலைக்கு வரவில்லை. புருஷன் மாணிக்கம் டிரைவராகவும் அவர் பெண்ஜாதி செண்பகம் சமையற்காரியாகவும் தேவேந்திரன் வீட்டில் வேலைக்குச் சேர்ந்து முப்பது ஆண்டுகளில் முதன் முறையாகக் காரணமின்றி வேலைக்கு வராமலிருப்பது இப்போதுதான். செண்பகத்தின் சமையலை, திருமதி தேவேந்திரன் செய்து சமாளிக்க முடிந்தது, ஆனால், மாணிக்கம் இடத்தில் தற்காலிகமாக ஒரு புதிய ஆளை போடவேண்டியிருந்தது.

மாணிக்கமும் சரி, அவர் மனைவி செண்பகமும் சரி, தேவகாந்தன் சாதிதான். தேவகாந்தனுடைய பூர்வீக கிராமத்திலிருந்து முப்பது ஆண்டுகளுக்கு முன்பாக, சமைப்பதற்கும், துணிமணிகள் துவைக்கவும் பிறவற்றுக்கும் நம்பிக்கையான ஆட்கள் வேண்டும் எனத் தெரிவிக்க, சாதிக்கட்சி ஒன்றில் ஒன்றிய பொறுப்பிலிருக்கும் தேவேந்திரனின் மைத்துனர், முதலில் அனுப்பிவைத்தது என்னவோ செண்பகத்தை மட்டுமே.

அப்போதிருந்த டிரைவர் அதிகாலை வேளைகளில் நேரத்திற்கு வருவதில்லை. இந்த நேரத்தில்தான் தேவேந்திரன் மைத்துனர்: செண்பகம் புருஷன் மாணிக்கத்தை, டிரைவராக ஏற்பாடு செய்தார். மாணிக்கம் நம்ம ஆளு. யார்கிட்ட வேலைசெஞ்சாலும் அதை உதறிட்டு வாங்கன்னு சொன்னோம்னா, நாளைக்கே இங்க வந்து நிப்பாரு! எனத் தெரிவிக்க அதுபோலவே மறுநாள் இவர் வீட்டிற்கு மாணிக்கம் டிரைவராக வந்து சேர்ந்தார். மைத்துனரின் வார்த்தைக்கேற்ப, மாணிக்கமும் செண்பகமும் விசுவாசமாகவே நடந்துகொண்டார்கள். இருந்த போதிலும் கடந்த சில வருடங்களாக புருஷனும் பொண்டாட்டியும் முன்புபோல இல்லை. அதற்கான காரணமும் தேவேந்திரனுக்குத் தெரியும்.

தேவேந்திரன், தமது அரசியல் கட்சிக்காக சமூக நீதி என்றொரு நூலை ஏழெட்டு வருடங்களுக்கு முன் எழுதினார். அதை எழுத போதுமான அறிவும் திறனும் அவருக்குண்டு என்கிறபோதிலும், முழுநேர அரசியல்வாதி, நட்சத்திர ஓட்டல்கள் என்று தமது சாம்ராச்சியம் விரிவடைந்த பிறகு, எங்கே அதற்கெல்லாம் அவரால் நேரம் ஒதுக்க முடிகிறது. தமிழ் நாட்டில் பேராசிரியர்களுக்கா பஞ்சம், ஐந்துபேர் அடங்கிய குழு இராப் பகலாக உழைத்து எழுதித் தர இவர் பெயரில் நூல் வெளிவந்தது. நூல் வெளியீட்டு விழா சிறப்பாக நடைபெற்றது. தலைமை கட்சித் தலைவர். நூலை வெளியிட்டுப்பேசிய தலைவர் ஒவ்வொரு கட்சித் தொண்டனிடமும் கட்டாயம் இருக்கவேண்டிய வேதப் புத்தகம் என்று சிலாகித்துப் பேச, அன்றே ஆயிரம் பிரதிகள் விற்பனையாயின. மிகுந்த மகிழ்ச்சியுடன் தலைவரை வழி அனுப்பிவைத்துவிட்டு வீடு திரும்பியிருந்தார். அன்றைய தினம் சாப்பிட உட்கார்ந்தபோது மாணிக்கமும் செண்பகமும் கையைப் பிசைந்துகொண்டு நின்றார்கள்.

“என்ன விஷயம் மாணிக்கம், ஏதாவது பிரச்சனையா, எதுவாக இருந்தாலும் தயங்காமச் சொல்லு - எனத் தேவேந்திரன் கேட்டார்.

- ஆமாம் ஐயா, உங்களால முடியும்னு எங்க பையன் சொன்னான். அதனாலதான்...” - மேற்கொண்டு சொல்ல முடியாமல் தவிக்க, புருஷனுக்கு உதவ செண்பகம் முன்வந்தார். “ஐயா பையன் பிள்ஸ் டூ பாஸ் பண்ணிட்டான் எல்லாத்துலியும் எண்பது பர்செண்ட் வாங்கியிருக்கானாம். அவனுக்கு மெடிக்கல் படிக்கணும்னு ஆசை. ஓ.பி. சி கோட்டாவுல கிடைக்க ஏற்பாடு பண்ணமுடியுமான்னு கேட்டான்.”

தேவேந்திரனுக்கு சுரீர்னு கோபம் வந்தது, என்னதான் சாதிக்காரனா இருந்தாலும் தன்வீட்டு டிரைவர் மகன் டாக்டராகணுங்கிற நினைப்பை எப்படி சகிச்சுக்க முடியும். தவிர வீட்டில் இவருடைய மூத்த மகளும் பிளஸ் டூ பாஸ் பண்ணியிருந்தாள். அவள் பிளஸ் டூ பாஸ் பண்ணியதே ஆச்சரியம், எனவே அவள் வாங்கிய மார்க்கைப் பற்றிப் பெரிதாகச் சொல்ல எதுவுமில்லை. நாட்டில் யாரைக் கேட்டாலும் தங்கள் பிள்ளைகள் டாக்டர் அல்லது எஞ்சினியர் படிக்கிறதா சொல்வதை தேவேந்திரன் நிறைய காதில் வாங்கியிருக்கிறார். இவர்கிட்ட நெறையச் சொத்து இருக்கு, ஊரறிஞ்ச பெரிய மனிதர்வேற. இவர் பொண்ணு மெடிக்கல் படிக்கலைன்னா எப்படி? ஆளுங்கட்சியில வேற இருக்கிறார். தலைவர் மகன் காதில் விஷயத்தைப் போட்டார். தலைவர் மகன்: இட ஒதுக்கீட்டு சீட்டுக்கெல்லாம் நீங்க ஆசைப்படறது நல்லதில்ல. ஓபிசி சீட்டுகளுக்கு நம்மகட்சி, கூட்டணிகட்சின்னு நமக்கு வேண்டிய நிறையப் பேரு ஏற்கனவே தலைவரை வந்து பார்த்து முந்திக்கிட்டாங்க. நீங்க கொஞ்சம் லேட். வேணுமானா நான் நடத்தற மெடிக்கல் காலேஜ்லேயே உங்க மகளுக்கு ஏற்பாடு பண்றேன். பெரியதொகை ஒண்ணு கொடுத்துடுங்க, இந்த இருபது வருஷத்துல கட்சியில சேர்ந்ததுக்கப்புறம் ஒங்க நெலமை என்னன்னு எனக்குத் தெரியும் என்று தெரிவிக்க, வேறுவழியின்றி தன்னுடைய அரசியல் எதிர்காலத்தை மனதில் எண்ணி, கொடுக்கவேண்டியதைக் கொடுத்து மகளுக்கு மெடிக்கல் சீட்டு வாங்கியிருந்தார். இந்த இலட்சணத்தில் தன் வீட்டில் டிரைவராகவும், சமையற்காரியாகவும் இருக்கிற பெற்றோர்களுக்குப் பிறந்த ஒரு பையனை, என்னதான்

சாதிக்காரனா இருந்தாலும், ஒரு டாக்டராக கற்பனைபண்ணி பார்க்க அவர் மனசு இடங்கொடுக்கலை.

இதோபாரு மாணிக்கம், விரலுக்கேத்த வீக்கம் இருக்கணும். ஓ.பி.சி. கோட்டாவுல சீட் வாங்கிட்டா ஆச்சா, பிறகு மத்த செலவெல்லாம் இருக்கு, ஒரு வருஷம் ரெண்டு வருஷப் படிப்பில்லை அஞ்சு வருஷமும் படிக்கணும், அதுக்கு மேலயும் படிக்கவேண்டியிருக்கும். குடும்ப நெலமையைப் புரிஞ்சுகிட்டு பையன் வேற எதனாச்சும் படிக்கத் தயாரான்னு கேட்டுச் சொல்லு, சிபாரிசு பண்றேன். பலபேரு படிச்சுட்டு சும்மா இருக்கறான், டாக்ஸிகூட ஓட்டலாம், பேங்க் லோனுக்கு நானாச்சு. உங்களுக்குச் செய்யாம வேற யாருக்குச் செய்யப்போறேன் . என்று மனமுருகப் பேசினார். தம்முடைய நாவன்மை, இப்போதெல்லாம் மேடை பேச்சுக்கு மட்டுமல்ல, இதுபோன்ற காரியங்களுக்கும் உதவுவதை எண்ணி அவருக்கு உள்ளுக்குள் திருப்தி.

பையனைக் கேட்டுச் சொல்றோம் ஐயா என தம்பதிகள் இருவரும் ஒரேகுரலில் தங்கள் பதிலைச் சொன்னார்கள். டிரைவர் மாணிக்கமோ, வேலைக்காரி செண்பகமோ தங்கள் மகன் சம்பந்தமாக மறுநாள் இவரிடம் பேசுவார்கள் எனவும் எதிர்பார்த்தார், புருஷனும் பொண்டாட்டியும் இனி வேலைக்கு வரமாட்டார்களென்றுகூட தேவேந்திரன் நினைத்தார். நினைத்ததற்கு மாறாக மாணிக்கம் டிரைவர் வேலையையும், செண்பகம் வேலைக்காரியாகவும் தொடரவே செய்தார்கள். மனைவியிடம் ஒருமுறை, மாணிக்கம் மவன் இப்ப என்ன செய்யறான், ஓங்கிட்ட செண்பகம் ஏதாச்சும் சொன்னாங்களா? எனக் கேட்டார். அந்த அம்மாள், தமக்கெதுவும் தெரியாது என உதட்டைப் பிதுக்கினாள்.

இச்சம்பவம் நடந்து ஏழெட்டு வருஷங்களுக்குப் பிறகு இவருடைய மகள் டாக்டருக்கு முடித்து ஹவுஸ்சர்ஜனாக பிரபல கிளினிக் ஒன்றில் சேர்ந்திருந்தாள். தேவேந்திரன் மாணிக்கத்திடம் இதுநாள்வரை அவன் பையன் என்ன செய்கிறான் என்று ஒரு வார்த்தை கேட்கவில்லை.

கட்டில் அருகே சிறுமேசையில் டிக் டிக்கென மெல்ல நாளின் இறுதிக்கோட்டை தமது பாதங்களை சீராக எடுத்துவைத்து நெருங்கிக்கொண்டிருந்த கடிகார முட்களின் சப்தம்வந்த திசை நோக்கி தமது பார்வையைச் செலுத்தினார், இரவு மணி பத்து. வழக்கமாக அவர் கண்ணுறங்க இரவு பதினொன்று பன்னிரண்டு ஆகும். இந்த வயதிலும் நாளொன்றுக்கு நூறு பக்கங்களாவது வாசிக்கவேண்டும். பத்துப்பக்கங்களாவது எழுதவேண்டும். ஆனால் இன்று ஒரு பக்கம்கூட எழுத உட்காராதது ஒரு பக்கம், இன்னொரு பக்கம் வாசிக்கவும் மனம் ஒத்துழைப்பதில்லை. சரி வேண்டாம், விளக்கை அணைத்துவிட்டு படுக்கலாமென முயன்றால் அது ஆகக் கொடுமை. இருள் கவ்விய மறுகணம் தேன்கூட்டைக் கலைத்ததுபோல நாலாபக்கமும் பறக்கத் தொடங்கிவிடுகிறது, அவற்றை மனக்கூட்டில் அடைக்க விளக்கைப் போட்டு, புத்தகத்தைக் கையில் எடுத்தால் ஒரு பக்கம் கூட வாசிக்க முடியவில்லை, ஒன்றிரண்டு வரிகளைக்கூட மனம் ஒன்றி வாசிக்க இயலவில்லை.

★★★

மாலை மணி ஐந்து. குளித்துவிட்டு, புதிய ஆடைகளை அணிந்துகொண்டு திருமண வரவேற்பு நிகழ்வில் கலந்துகொள்ள வேண்டி காரில் ஏற வாசலுக்கு வந்தபோது, பட்டுபுடவை அலங்காரத்தில் இவருடைய மனைவி ,

என்ன திடீர்னு, இன்றைக்கு காலமேக் கூட கல்யாணத்துக்கு வருவதாக நீ சொல்லவே இல்லை!

நான்கு நாளைக்கு முன்னாடி, நமக்கு வேண்டியவங்க வீட்டு திருமணவரவேற்பு. நீங்க வீட்டிலில்லை, அதனால பத்திரிகையை என் கையில கொடுத்தாங்கன்னு சொல்லி ஓர் அழைப்பிதழை உங்க கையில கொடுத்தேன். அதற்கென்ன போவோம்னு சொன்னீங்க. நீங்க பிரிச்சுப் பாக்கலைன்னு நெனைக்கிறேன். பிரிச்சுப் படிச்சிருந்தா எங்கிட்ட இந்தக் கேள்வியைக் கேட்டிருக்க மாட்டீங்க.

ஆமாம் சொன்ன. நானும் ஒனக்கு சொந்தக்காரங்க வீட்டு கல்யாணம்னு நெனைச்சு, மேற்கொண்டு எதுவும் கேக்கலை. உனக்குச்சொந்தமா, எனக்குச் சொந்தமா?

கடந்த முப்பது ஆண்டுகளாகவே மனைவி தரப்பிலும் சரி இவர் தரப்பிலும் சரி வசதிபடைத்த சொந்தங்களை மட்டுமே இவர் அறிவார். பிற மனிதர்களுக்கு திருமதி தேவேந்திரன் மட்டுமே சொந்தம். தேவேந்திரன் பதிலேதும் சொல்லவில்லை. அமைதியானார்.

மண்டப வாசலில் கார் சென்று நின்றபோது, வந்திருந்த விருந்தினர்களில் அநேகர் தேவேந்திரன் தம்பதிகளை வரவேற்கக் காத்திருந்தனர். டிரைவர் மாணிக்கமும் செண்பகமும் ஆளுக்கொரு மாலையை கையில் பிடித்துக்கொண்டு நிற்க, மனைவியிடம்,

என்ன நாடகமிது, மாணிக்கம் வீட்டுக் கல்யாணமா? நீ சொல்லவே இல்லை!

ஆமாம் அவங்க பிள்ளையோட கல்யாணம். புருஷனும் பொண்டாட்டியும் விசுவாசத்தோட நமக்கு உழைச்சிருக்காங்க, அவங்க வீட்டுக் கல்யாணம் நம்மவீட்டுக் கல்யாணம் போலத்தான். உள்ளே போவோம் வாங்க!

மாணிக்கமும் செண்பகமும் முன்னால் நடக்க, சுற்றம் சூழ தேவேந்திரனும் திருமதி தேவேந்திரனும் பிரதான மண்டபத்தை அடைந்திருந்தார்கள். இவர்கள் புதுமணத் தம்பதிகளை நெருங்கிய மறுகணம், அவர்கள் முகத்தைக்கூட சரியாக பார்க்கமுடியவில்லை. சட்டென்று இவர்கள் காலில் விழுந்து வணங்கியவர்களை, வாழ்த்தி எழுப்பி நிறுத்தினார். மணமகன் மாணிக்கத்தின் பையன், சரி ஆனால் மணமகள், இவருடைய மகளா?

11. பைத்தியக்காரன்

“வாங்க தம்பி எப்ப வந்தீங்க, கேள்விப்பட்டேன், நீங்க வந்திருக்கீங்கன்னு சொன்னாங்க, உங்களை வந்து பாக்கலாம்னு இருந்தேன். ஆனா, நீங்க எங்க, யார் வீட்டுல தங்கி இருக்கீங்க என்கிற தகவல் கிடைக்காததால குழம்பிட்டேன். நல்லவேளை நீங்களே வந்துட்டீங்க, குந்துங்க, டேய் எழுந்திருடா, பெரிய மனுஷனாட்டம் வந்து பக்கத்துல குந்திக்கினு!”

என்று நான் பல காலமாக அறிந்திருந்த நாட்டாமை குடும்ப பெரியசாமி அதட்டலுக்குப் பயந்ததுபோல தலையைச் சொறிந்துகொண்டே எழுந்து நின்ற ஜீவனைப் பார்த்தேன். நடுத்தர வயது, தலையில் சாமிக்கு நேர்ந்துகொண்டது போல வளர்த்த கேசம் இடம் போதாமல் முகத்தையும் ஆக்ரமித்திருந்தது, நான்கு விரல் அகலத்தில் ஒரு நெற்றி, வற்றல்போல கன்னங்கள், மெலிந்த தேகம், வளை எலிபோல பதுங்கிய கண்கள், முழங்கால் ட்ரவுசர் தெரிய லுங்கியை உயர்த்தி முதுகையும் மார்பையும் சேர்த்தாற்போல மறைத்திருந்தான். நானும் கிராமத்தில் பிறந்து புழுதி, உழமண், வண்டல், சேடையெனப் புரண்டு வளர்ந்தவன், முக்காலே மூணுவீசம் கிராமத்து சனங்களுக்கு மாற்றுத் துணிக்குப் பஞ்சம். மாதத்திற்கொருமுறை சலவை கண்டாலே

அதிகம், ஆக எப்போதும் ஒருவிதமான கெட்டவாடைக்கு உத்தரவாதமுண்டு. பிரச்சனை அவனிடமிருந்து வெளிப்பட்ட சகிக்க முடியாத வாடை.

இடம் கிராமத்திலிருந்து ஓர் அரை கி.மீட்டர் தள்ளி ரோட்டோரமாக இருக்கிற ஒரு டீக்கடை. டீக்கடைக்காரரைத் தவிர, பக்கத்திற்கு ஒன்றாக அங்கே போட்டிருந்த பெஞ்சுகளில் இடுப்பில் நாலு முழ வேட்டி, மார்பை மறைக்க பேருக்கு ஒரு துண்டென்கிற அத்தியாவசிய உருப்படிகளுடன் பெரியசாமி அண்ணனையும் சேர்த்து ஐந்தாறு மனிதர்கள். அவர்களில் இருவர் ஆளுக்கொரு மசால்வடை, பொறையென கடித்தபடி டீயை உறிஞ்சிக்கொண்டிருந்தனர், ஒருவர், திடீரென பல்லைக்கடித்து புருவங்களை நெறிப்பதை வைத்து மிளகாயைக் கடித்திருப்பாரோ என சந்தேகித்தேன். எதிரிலிருந்த இருவர் அன்றைய தினசரியை இரண்டாக பங்கிட்டு சத்தம் போட்டு வாசித்துக்கொண்டிருந்தார்கள். முதியவர் நடிகை நித்யகன்னியின் மணமுறிவுச் செய்தியை மிகுந்த மனக் கவலையுடன் வாசித்துக்கொண்டிருந்தார். மற்றவர், அதிமுக பொதுக்குழு விவகாரம் தொடர்பாக சட்ட நிபுணர்களுடன் ஓ.பி.எஸ் ஆலோசனை எனத் தலைப்பிட்டிருந்த செய்தியைப் படித்து முடித்த கையோடு கள்ளக் காதலனுடன் சேர்ந்து கணவனைக் கண்டந்துண்டமாக வெட்டிய மனைவி பற்றிய செய்தியை உச்சுக்கொட்டி ஆர்வத்துடன் வாசித்துக் கொண்டிருந்தார்.

இன்றைக்கு வெளியூர்வாசி என்கிறபோதும், எனக்கும் இக்கிராமம்தான் பூர்வீகம். அச்சு அசலாக தமிழ் நாட்டுக் கிராமங்களுக்குள்ள நிறம், குணம், மணம் இம்மியும் குறையாத ஊர். வட மாவட்ட சாதிகளில் முக்கிய பிரிவினர் நான் பிறந்த ஊரிலும் இருந்தனர், போதாததற்கு வாய்க்கால் வரப்புச் சண்டைகள், பங்காளிச் சண்டைகள் என பொதுவாக கிராம வழக்கில் காண்கிற பிரச்சனைகளுக்கும் இடமுண்டு. எனவே வேனிற்காலக் கட்டிகள்போல விரோதங்கள் வீங்கும், பழுக்கும், உடையும், சொஸ்தமாகும்; மூன்று மாதமோ நான்கு மாதமோ முகத்தைத் திருப்பிக்கொள்ளப் பழகி, ஐந்தாம் மாதத்திலிருந்து திரும்பவும் மாமா, அத்தை, மூத்தாரு,

கொழுந்தனாரு, நாத்தனாரு, ஓரகத்தி என்று கொஞ்சிக் குலாவ ஆரம்பித்துவிடுவார்கள்.

சிறிய கிராமம், நான்கு தெருக்கள் எல்லா கிராமங்களையும்போல விவசாயம் பிரதான தொழில். நூறு குடும்பங்கள் தேறும், பிறகு இக்குடிகளின் தேவைகளைப் பூர்த்திசெய்ய பிற தொழிலாளர் குடும்பங்கள் இருபது அல்லது முப்பது உண்டு, ஆகமொத்தத்தில் தோராயமாக நூற்றிஐம்பது குடும்பங்கள். மழையில்லை, ஏரிக்கு நீர்வரத்து குறைவு, கூலி ரெட்டிப்பாகிவிட்டது போன்ற காரணங்களால் விவசாயம் பொய்த்து போக; ஏதோ கொஞ்சம் படித்தோம், இந்தப் பட்டிக்காட்டில் இருந்துகொண்டு என்ன செய்யப்போகிறோமென்று பிழைப்பைத் தேடி சென்னை, புதுச்சேரியென புறப்பட்டுப்போன இளைஞர்கள் ஊரில் அதிகம்.

எனக்கு இந்த ஊரைவிட்டுப்போக வேறு காரணங்கள் இருந்தன. பள்ளி இறுதி வகுப்பு முடித்திருந்த நிலையில் ஹெல்த் இன்ஸ்பெக்டர் உத்தியோகம் கிடைத்தது. திண்டிவனம் அருகே வெள்ளிமேடு பேட்டை பஞ்சாயத்து யூனியனில் வேலை. அருகிலேயே ஒரு கிராமத்தில் உறவினர் பெண் கிடைக்க குடும்பஸ்தன் ஆனேன். அவள் வீட்டிற்கு ஒரே வாரிசு, ஓரளவு வசதியுடன் வாழ்ந்த குடும்பம். அவர்கள் வீட்டு நிலபொலங்களைப் பார்த்துக்கொண்டு மாமனார் வீட்டிலேயே தங்கவேண்டியதாகிவிட்டது. பிறந்த ஊரில் எனக்கு சொத்தென்று கொஞ்சம் இருந்தது. பெற்றோர்கள் இருவரும் அடுத்தடுத்து இறந்ததும், வேறு வழியின்றி நிலத்தைக் குத்தகைக்கு விட்டு அலுத்துப்போனேன். மாமனார் யோசனைப்படி, அதை ஈன விலைக்கு கிரயம் செய்துவிட்டு மனைவி ஊரிலேயே தங்கிவிட்டேன். கிட்டத்தட்ட பத்து ஆண்டுகளாகப் பிறந்த ஊர்பக்கம் தலைகாட்டாமலிருந்தேன்.

நாள் பார்த்து, நேரம் பார்த்து, எப்படியெல்லாம் நிகழ்த்தவேண்டும், யார் யாரையெல்லாம் அழைக்கவேண்டும் என பல மாதங்களுக்கு முன்பாக திட்டமிடும் காரியங்கள் ஏதோ சில காரணங்களால் நடக்காமற்போய்விடும். ஆனால்

எது நடக்காது, நடக்கவும் கூடாதென நினைப்பது நடந்துவிடும். பிறந்த ஊரில் என்ன இருக்கிறது, ஏன் போகப்போகிறோம் என்று நினைத்திருக்க. திடீரென பஸ்பிடித்து இறங்கியிருந்தேன். இளமைக்கால ஊர் சினேகிதர்கள் இரண்டொருவர் கிடைத்தால் அவர்களோடு உள்ளூர் பிரச்சனைகள், சுவாரஸ்யமான சங்கதிகள் போன்றவற்றை மெல்லுவதற்கு கிராமத்தில் விஷயங்களுக்குப் பஞ்சமிருக்காதென நன்றாகத் தெரியும்.

"டிக்கேஷன கொஞ்சம் கூடுதலாக விட்டு ஸ்ட்ராங்கா எனக்கொரு டீ போடுங்க!" என டீக்கடைக்காரரிடம் தெரிவித்துவிட்டு, டீக்கடை பெஞ்சில் எனக்கு உட்கார இடம் ஏற்பாடு செய்த பெரியசாமி அண்ணன் பக்கத்தில் அமர்ந்தேன்.

"என்ன தம்பி, எங்களையெல்லாம மறந்துட்டீங்களோன்னு நினைச்சேன், இருந்த கொஞ்ச நஞ்ச நெலத்தையும் வித்துட்டுப் போன நீங்க, இனி ஊருபக்கம் வரமாட்டீங்கன்னு சொன்னாங்க, கடைசியில என்னடான்னா, தீடீர்னு வந்து நிக்கறீங்க. காலமே பத்தரைமணி வீரப்பாவுலவந்து எறங்கினப்போ, ரோட்டுல இருந்த அத்தனை செனமும் வாயைப் பொளந்துகிட்டில்ல நின்னாங்களாம், இங்க டீக்கடையில வாயில வச்ச கிளாஸ வச்சபடிக்கில்ல, அவனவன் ஒக்காந்திருந்தானாம், கேள்விப்பட்டேன், இருக்கட்டும் ஊருல பொண்டாட்டி புள்ளங்கல்லாம் சவுக்கியமா? அம்மை குத்தி வேலை எப்படிப் போவுது?"

"ஒரு கொறையும் இல்லைண்ண, எல்லாம் நல்லபடியா போவுது. என்ன இருந்தாலும் பொறந்த ஊராச்சேண்ண எப்படி மறக்க முடியும். ஒங்களையெல்லாம் பார்க்கணும்னு தோணுச்சு, திடீர்னுதான் பொறப்பட்டு வந்தேன்" என்றவன் அவர் காதில் ரகசியக் குரலில், "அது சரி இந்த ஆளு யாரு, பார்க்க பைத்தியக்காரன் மாதிரி இருக்கான், நம்ம ஊருல இதுக்கு முன்ன பார்த்ததில்லையே! யார் வீடு?" என கேட்டேன்.

"அவனா, பேரு சாம்பசிவம், ஆனா பார்க்க பைத்தியக்காரன் மாதிரி இருக்கிறதாலே, அவனை இங்க பைத்தியக்காரன்னு சொன்னாத்தான் எல்லோருக்கும் தெரியும். ஒங்க வீடு

இருந்துச்சே அதுக்கு தெக்கால நாலு வீடு தள்ளி அவன் ஆத்தா முனியம்மாவோட இருக்கான். சம்பு வேயற சின்னசாமி இருந்தானே தெரியுமா, அவன் பேரன்."

"முனியம்மாவைத் தெரியாதா என்ன, நாம சின்னவயசுல குளந்தங்கரை ஏரிக்கரைன்னு விடாம கேலி பண்ணுவோமே, அவதானே?"

"அவளேதான், வாக்கைப்பட்டுப் போன எடத்துலேயும் பொறம்போக்கு நெலமாத்தான் வாழ்ந்திருக்கா. புருஷங்காரன் தூருவார கிணத்துல எறங்கினவன் சேத்துல புதஞ்சுட்டானாம், ரோஷக்காரன்போல. பிரச்சனை என்னன்னா, தன் பிள்ளைக்கு தகப்பன் யாருண்ணு முனியம்மாவாலேயே சொல்ல முடிலையாம். கட்டினவன் செத்தப்புறம் என்ன நடந்ததோ, இந்தத் தகப்பன்பேரு தெரியாத பைத்தியக்காரனைக் கூப்பிட்டுக்கிட்டு நம்ம ஊரோட வந்துட்டா. நீ இங்கிருந்து போன மறுமாசமோ என்னவோ இங்க வந்து குடிசைபோட்டுக்கிட்டுத் தங்கிட்டாங்க. தற்சமயம் ஊர்க் கோவிலுக்கு வெளக்கேத்தறான். இட்ட வேலையை மறுப்பில்லாம செய்வான். சாயந்திரம் திருவோடு போல ஒரு சட்டியை எடுத்துக்கிட்டு வீடு வீடா வருவான். இரவானால் வடிச்ச சோறு, மத்த நேரத்துல கூழோ கஞ்சியோ குடிச்சுட்டு, திண்ணை கண்ட எடத்துலே சுகம்னு படுத்திருவான். அப்பப்ப, டீக்கடை பக்கம் வந்து தலையை சொறிஞ்சுகிட்ட நிப்பான், பொறையோ, டீயோ பரிதாபப் பட்டு வாங்கிக் கொடுப்போம். மகனுக்குச் செய்யறதை வட்டியும் முதலுமா அவன் ஆத்தா கிட்ட எப்படி வசூல் பண்றதுன்னு நம்ம ஆளுகளுக்குத் தெரியாதா என்ன?" எனத் தெரிவித்துக் கண்ணைச் சிமிட்டினார்.

பெரியசாமி அண்ணன் என்னைக்காட்டிலும் நான்கைந்து ஆண்டுகள் வயதில் மூத்தவர். கிராமத்தில் அவருடைய எதிர்ச் சாதியினரும் கூட அவருடைய குடும்பத்து ஆண்களையும் சரி பெண்களையும் சரி பெயரிட்டு அழைத்து நான் கேட்டதில்லை. பெரிய குடும்பம், 'ஆளம்பு, காடுகரை,தோட்டம்தொரவு'ன்னு வாழும் கம்பத்தம். அவர் பைத்தியக்காரன் கதையைச் சொல்லி

முடிக்கவும் டீக்கடைக்காரர் என் கையில் டீயையும், ஒரு வடையையும் கொடுத்தார். நான் டீயைக் குடித்துக்கொண்டிருக்க, பெரியசாமி அண்ணன்:

"தம்பி நான் கேக்கிறேனு தப்பாக எடுத்துக்கக் கூடாது. பைத்தியக்காரன் என்ற பட்டபேரை இந்த ஊருக்கு வந்தப்புறம் நம்ம செனங்க இந்தப் பயலுக்குக் கொடுத்ததுவேணா தெரியாம இருக்கலாம், ஆனால் சாம்பசிவங்கிற பேர உண்மையில் ஒங்களுக்குத் தெரியாதா, கேள்விப்பட்டதில்லையா?"

"என்ன பெரியசாமிஅண்ணே இப்படிக் கேட்டுட்டீங்க, தெரியும்னா தெரியும்னு சொல்லப்போறேன். சத்தியமா தெரியாது, இங்கவச்சு உங்க முன்னாடிதான் அவனை மொதன் மொதல்ல பார்க்குறேன்."

"முனியம்மா நீ பொண்ணுகட்டன பக்கம்தான் வாழ்க்கைப் பட்டிருக்கா. அம்மாவுக்கேத்த தப்பாத பிளைன்னு சொல்றாங்க.. முனியம்மா நம்ம ஊருக்குத் திரும்பிவர அவ காரணமில்லையாம், இந்தப் பைத்தியக்காரப் பயதான் காரணமாம். அங்க ஏதோ அப்படி இப்படின்னு இருந்திருக்கான்" என்றவர் தொடர்ந்து, "சரி யார்வீட்டுல தங்கியிருக்க, மதிய சாப்பாடுக்கு நம்ம வீட்டுக்கு வந்திடேன்..." என உபசாரமாக அழைத்தார்.

"இல்லைண்ண, இரண்டொரு நண்பர்களைப் பார்த்துட்டு லாஸ்ட் ட்ரிப் கணேசன்ல திண்டிவனம் திரும்பிடலாம்னு இருக்கேன். அப்படி தங்கற மாதிரி இருந்தா, உங்களை வந்து பாக்கறேன்" எனத் தெரிவித்துவிட்டு விடைபெற்றுக்கொண்டேன்.

பால்ய வயது கணேசனைத் தேடி அவன் வீட்டிற்குச் சென்றேன். அவன் அம்மா, மகன் புதுச்சேரிக்குப் போயிருப்பாதகவும் சாயந்திரம் வந்துவிடுவான் எனவும் தெரிவித்தார். வரும் வழியில் நொண்டி முனுசாமியைப் பார்த்தேன். இவனோடு அதிகப் பழக்கமில்லை, இருந்தும் ஊர்க்கதையைத் தெரிந்துகொள்ள ஒருவன் தேவை என்ற காரணத்தால்:

"என்ன முனுசாமி எப்படி இருக்குற, வெவசாயமெல்லாம் வெச்ச முதலு காணுதா..?" என வாயைக் கிளறினேன்.

“வாங்க அம்மை குத்திசார், எப்படி இருக்குகீங்க, நம்ம ஊரையெல்லாம் மறந்திட்டிருப்பீங்கன்னு நெனைச்சேன். என்ன திடீர்னு நம்ம ஊர் பக்கம்?” என்றவன், என் பதிலை எதிர்பார்க்காமல் “ஒங்களுக்குத் தெரியாததா, எனக்கும் ஐவேசியுள்ள ஒருத்தி பொண்டாட்டியா கிடைச்சிருந்தா, இந்த ஊரைவிட்டு எங்கனாச்சும் போயிருப்பேன். எனக்கு வாச்சவ கட்டின சீலையோடுதான வந்தா, ஏதோ காலம் தள்ளறேன், எனப் புலம்பிவிட்டு” அவனே, “வெள்ளாமைன்னா அப்படி இப்படின்னுதான் இருக்கும், அதுக்காக புலம்பிக்கொண்டிருக்க முடியுமா? சொல்லுங்க! கம்புக்கு களைகொத்தறோம் அங்கதான் போறன், நேரமிருந்தா வாங்க, பேசிக்கொண்டு போகலாம்...” என்றான்.

எனக்கும் பேசுவதற்கும் ஆளில்லை, புதுச்சேரிக்குப் போயிருக்கிற கணேசனும் சாயந்திரம்தான் திரும்புவான் என்கிறார்கள். இந்த ஆள்கூட அதுவரை பேசிக்கொண்டிருக்கலாமே என்கிற நினைப்பில், தலையாட்டிவிட்டு, அவனோட புறப்பட்டேன். ரோட்டோரமாக நடந்துகொண்டிருப்போம், பத்தடி தூரத்தில், எங்களைப் பார்க்காதது போல முனியம்மா மகன் ரோட்டைக் கடந்து வேகமாகப் போனான்.

“ம்... எத்தனை சுருக்கா போறான் பாரு. ஊரு சனங்க அத்தனைபேருக்கும் பைத்தியக்காரன், அப்பாவி. நாட்டாமை பெரியசாமி அண்ணன் பம்ப்செட் பக்கம்தான் போறான்,. அவ்வளவு சீக்கிரம் திரும்பமாட்டான்” என்று முனுசாமி தெரிவிக்க,

“ஏன், என்ன விஷயம்?” - என்று நான் அவனிடம் கேட்டேன்.

“இந்தப் பைத்தியக்காரனுக்குத் டீத்தணிய வாங்கிக் கொடுத்துட்டு, அந்தக் கடனை வசூலிக்க பெரியசாமி போன்ற ஆட்கள் முனியம்மாவைத் தேடிப் போறாங்க, அந்த அம்மாள் அதிகமா கொடுத்திடுவாளோ என்னவோ, அதை வசூலிக்க மகன் இப்படி கிளம்பிடுவான். ஷெட்டுலதான் எல்லாம் நடக்குது. அவரு டீக்கடையில கதைபேசிக்கிட்டு இருப்பாரு, இவன் டீக்கடைபக்கம் போயுட்டு, அவர் அங்க இருப்பதை நிச்சயம்

பண்ணிட்டு அடுத்த கால்மணி நேரத்துல அவர் வீட்டு பம்ப் செட் பக்கம் வந்திருவான், பெரியசாமி அண்ணன் சம்சாரமும் இவனுக்குன்னு காத்திருக்கும்!"

"என்ன சொல்ற முனுசாமி! பார்க்க பைத்தியக்காரன் மாதிரி இருக்கான், துர்நாத்தம் வேற. டீக்டையில என்னால அவன் கிட்ட நிக்க முடியலை!"

"அதற்கான காரணத்தை சம்பந்தப்பட்டவங்க கிட்டத்தான் கேக்கணும். நமக்கென்ன தெரியும். அம்மைகுத்தி சார், நீங்க இருக்கறதும் இப்ப திண்டிவனம் பக்கத்துல உள்ள ஒரு ஊர்லதான? முனியம்மாவும், இந்த துர்நாத்தம் புடிச்ச பயலும் அங்கதான் கிடங்கலோ, அடங்கலோ ஏதோ ஒரு இடத்துல இருந்துருக்காங்க. அப்பாவியா இருக்கிற இந்தப் பைத்தியக்கார பயதான் அங்கேயும் இப்படி வெவகாரம் பண்ணிபுட்டு, கையும் களவுமா பிடிபட்டிருக்கான், அந்த வெவெகாரத்தாலேயே நம்ம ஊருக்குப் பையனும் ஆத்தாளும் திரும்ப வந்துட்டதா அரசல் புசலா இங்க பேச்சு" என்று கூறிய முனுசாமியின் கண்களில் தெரிந்த ஏளனம் ஏதேதோ என்னை யோசிக்க வைத்தது.

ஹெல்த் இன்ஸ்பெக்டர் உத்தியோகம் கிடைத்து, வெள்ளிமேடு பேட்டையைவிட, திண்டிவனம் ஒரு நடுத்தர நகரமாக இருந்ததால் அங்கேயே தங்கலாமென முடிவெடுத்து, வாடகைக்கு வீடு தேடிக்கொண்டிருந்த நேரம், ஒரு புரோக்கர் எனக்குக் கிடைத்தார். அவர் கல்யாணத் தரகரும் கூட. ஒரு நல்ல வீடு இங்கே தாலுக்கா ஆபீஸ் பக்கத்தில் இருக்கிறது. உங்களுக்கு இனாமாகவே கிடைக்கும். வீட்டுக்குடையவர் பக்கத்தில் கிடங்கல் என்ற இடத்தில் இருக்கிறார். உங்க சாதிதான். சொத்துள்ள ஆசாமி, பிக்கல் பிடுங்கலில்லை ஒரே பெண். லட்சணமாகவும் இருப்பாள். வயசுக் கோளாறில், வீட்டில் எடுபிடியாக இருந்த ஒரு பையனோட ஏதோ நடந்துபோச்சு. தெரியவந்ததும், பையனையும் தாய்க்காரியையும் ஊரைவிட்டே பெண்ணின் தகப்பனார் துரத்திவிட்டார். இப்பிரச்சனையை பெரிதாக எடுத்துக்கொள்ள மாட்டீர்களெனில், நாளைக்கே

பெண்ணைப் பேசி முடிக்க முடியும். இந்த அம்மைகுத்தி உத்தியோகம் கூட வேண்டாம். ராஜாமாதிரி ஏழுதலைமுறைக்கு நீங்க உட்கார்ந்து சாப்பிடலாம், என்ன சொல்றீங்க? என்ற தரகரின் வார்த்தைகள் நினைவுக்கு வந்தன.

“என்ன யோசனை, ஏதாவது தப்பா சொல்லிட்டனா?” - முனுசாமியின் முகத்தைப் பார்த்தேன். விஷமத்துடன் புன்னகைக்கிறான். அவன் கண்களைச் சந்திக்க தைரியமில்லை. ஜீவனற்றுக்கிடக்கும் சாதுவான பிராணியை வயிற்றைக் கிழிப்பதற்கு, அகல வாய் திறந்து, கோரைப்பற்கள் தெரிய குனியும் பசித்த சிறுத்தையை நினைவூட்டின. உயிர் பிழைத்து ஓடும் உத்தேசத்துடன்:

அதெல்லாம் ஒண்ணுமில்லை வயிற்றைப் புரட்டுது, எங்கனாச்சும் கொஞ்சம் ஒதுங்கணும், நேரம் கிடைச்சால் பிறகுவந்து உன்னைப் பார்க்கறேன்! எனச் சொல்லிக்கொண்டு, வாட்சை பார்த்தேன். கணேசனைச் சந்திக்கவேண்டுமென்ற ஆர்வமும் அடங்கிப்போனது. முடிந்தவரை ஊர்மனிதர்கள் முகத்தில் விழிக்காமல் பஸ் கிடைத்தால் ஊர்போய்ச் சேரலாம் எனகிற முடிவோடு வேகமாக நடந்தேன்.

12. அவள்

பாலைநிலம், கடந்த பல மணி நேரமாக இருவருமாக நடக்கிறார்கள் தலைக்குமேல் சூரியன் இருக்கவேண்டும் என்பது ஓர் யூகம்தான், உறுதியாகச் சொல்வதற்கில்லை. வெளிறிய வானமே ஒரு பிரம்மாண்டமான சூரியனைப்போல இருக்கிறபோது, சூரியனை எங்கிருந்து தேடுவது! மனிதர் நடமாட்டமற்ற பெருவெளி. ஓரிடத்தில் மட்டும் சில கழுகுகள் இறந்த ஒட்டகமொன்றைக் குத்திக்கிளறி ருசிபார்த்துக்கொண்டிருந்தன. ஒன்றிரண்டு கற்றாழைகளும், சப்பாத்திக்கள்ளிகளும் எதிர்ப்பட்டனவேயன்றி, சற்றுக் குந்தி இளைப்பாற பசுஞ்சோலையென ஒன்றோ, பேரீச்சைமரங்களோ கண்ணிற்படவில்லை. பின்புறம் திரும்பிப் பார்க்க. புறப்பட்ட ஊர், நிலத்தையும் வான்வெளியையும் பிரிக்கின்ற கோடாய் நீண்டுகிடக்கிறது. 'எனக்கு முடியலை சிறிது நிதானமாக நட' என்று கெஞ்சினார். அவளைப்போல் உருக்கொண்ட அருவம் நின்றது. தலையைத் திருப்ப, அதன் பார்வையில்,

இவருக்கும் அவளுக்குமான தாம்பத்திய வாழ்க்கையில் கிடைத்த அன்போ, ஈரமோ இல்லை, மாறாக இரையைக் கவ்வும் நேரத்தில் இடையூறை எதிர்கொண்ட சிறுத்தைபோல விழிகள். அப்பார்வைக்குப் பொருள் சொல்வதுபோல, தொடர்ந்து 'இல்லை இதுநாள்வரை நீங்கள் முன்னே செல்ல வளர்ப்புநாய் போல சோர்வின்றி, முணுமுணுப்பின்றி உங்களைத் தொடர்ந்து ஓரன்றிரண்டு வருடமல்ல தாலியைச் சுமக்க ஆரம்பித்த தினத்திலிருந்து நான் நடந்து வந்திருக்கிறேன். இப்போது உங்கள்முறை. இனி ஆயுள் பரியந்தம் நீங்கள் என் பின்னால நடக்கவேண்டும்...' என்கிறது

'சார் சார்! பால் பாக்கெட் கொண்டுவந்திருக்கன்.'

சுயநினைவுபெற்றவர்போல, சாய்வு நாற்காலியில் முதுகை நிமிர்த்தி உட்கார, எதிரே பக்கத்துவீட்டுப் பையன். ஆச்சரியமாக இருந்தது, அடிக்கடி அவர் கண்ணிற்படும் பையன்தான், ஆனாலும் தவறுதலாக தன் எதிரில் நிற்பதுபோலப் பட்டது. அவள் இருந்தால், உள்ளறையிலிருந்து தள்ளாடியபடி வெளிப்பட்டு, 'வா தம்பி!' எனக் கம்மிய குரலில் விளித்து, பால் பாக்கெட்டுகளை வாங்கிக்கொண்டு எள்ளுருண்டை ஒன்றை அவன் கையில் திணிப்பாள்.

'நல்லது தம்பி, வச்சிட்டுப் போ!' என்றார், பையன் இரண்டு பால் பாக்கெட்டுகளையும் அங்கிருந்த ஸ்டூல் மீது வைத்துவிட்டுச் சிறிது ஏமாற்றத்துடன் திரும்பிச் சென்றான்.

காலை நேரம். மணி தோராயமாக எட்டுக்கு மேலிருக்கலாம். மெலிந்த கைகளிரண்டும் ஒன்றிற்கொன்று அன்பைப் பரிமாறிக்கொள்ளும் வகையில் தடவிக்கொண்டன. வயிற்றுக்கும் முதுகிடத்தில் அப்படியொரு பற்றுதல் இருக்கவேண்டும் ஒட்டிக்கிடந்தது. இலவம் பஞ்சுபோல நரைத்த தலைமயிரும், நிறத்தில் அதற்குச் சற்றும் குறையாத மீசையும், முருங்கை மரக் கம்பளிப்பூச்சி போன்ற இரு புருவங்களும் ஒழுங்கின்றி இருந்தன. அவள் இல்லையென்று ஆனபிறகு தன் உடல் சார்ந்த பராமரிப்பில் அக்கறை இல்லாமலிருந்தார். எனினும் அவள் உயிரோடிருக்கும்வரை ஊட்டி வளர்ந்த உடல் என்பதால்

முதுமைக்குரிய சாயலைச் சிறிதும் காட்டிக்கொள்ளாத தேகம், சில கிழமைகளாக, நீரைக் காணாத செடிபோல வாடிக் கொண்டிருக்கிறது. உண்மையில் அந்த அம்மாள் கொழுகொம்பில்லை, மரம். இவருடைய பிடிமானமே அவள்தான். என்ற உண்மை அவள் மறைந்த குறுகிய நாட்களிலேயே வெட்டவெளிச்சமாகிவிட்டது.

பார்வை வீதியிலும் விட்டத்திலுமாக தவணை முறையில் தடம் மாறிக் கொண்டிருக்கிறது. நடைகூடத்தில் போட்டிருந்த சாய்வு நாற்காலியில் இரு கைகளையும் தலைக்குக் கொடுத்திருந்தார்; கால்களை மாத்திரம் அவ்வப்போது, ஒன்றின்மேல் ஒன்றாக போடுவதும், பின்னர் கீழிறக்கி வைப்பதுமாக இருக்கிறார். அருகே தமிழ் தினசரிகள் இரண்டு, ஒன்று நேற்றைய தேதியிட்டது. 'உங்களைப்பற்றி ஒரு கட்டுரை வந்திருக்கிறது' எனத் தெரிவித்து அவருடைய அபிமானி ஒருவர் கொடுத்துவிட்டுச் சென்றது, மற்றொன்று இன்றைய தினசரி.

சாய்வு நாற்காலியில் எத்தனை மணிக்கு வந்தமர்ந்தார்? அதிகாலை விழிப்பிற்குப் பிறகென்று வைத்துக்கொள்ளலாம். அவருடைய அவள் இல்லையென்றான பிறகு நாளின் பெரும்பகுதி இப்போதெல்லாம் சாய்வு நாற்காலியில் கழிகிறது. காலைக் கடன், இயற்கை உபாதைகளிலிருந்து விடுதலைபெற, பசி எடுத்தால் உணவுண்ண, மற்றும் எழுத்து சார்ந்து இவருடைய வருகை முக்கியம் என்கிற நெருக்கடி இருப்பின் இலக்கிய விழாக்களுக்காக அவருடைய சாய்வு நாற்காலியைப் பிரிவதுண்டு. மற்றபடி வீடு தேடிவரும் இலக்கிய அன்பர்கள், உண்மையானஅபிமானிகள், பிறகு வீதியில் போய்க்கொண்டிருக்கும்போது, வழிபிள்ளையாருக்குத் தோப்புக்கரணம் போடும் இயல்புடன் நலன் விசாரிக்கவும், படம் எடுத்துக்கொள்ளவும் கதவைத் தட்டும் திடீர் அபிமானிகள் அனைவருக்கும் அருள்பாலிக்க எழுத்தாளருக்கு உதவுவது இந்தச் சாய்வு நாற்காலிதான்.

வழக்கமாகவே அதிகாலையில் எழுந்திருக்கும் பேர்வழி. அவள் இறந்த நாளிலிருந்து உறக்கம் என்பது இல்லை, புரண்டு புரண்டு

அவளைப்பற்றிய நினைவுகளில் மூழ்கி, அசைபோட்டது போதாதென்று, முன்கூடத்தில் போட்டிருக்கும் இந்தச் சாய்வு நாற்காலியில் உட்கார்ந்துவிடுவார். அதிலமர்ந்தபடியோ, படுத்தபடியோ, நாளின்மீது சூரியன் நிகழ்த்தும் அத்தனை மந்திர ஜாலங்களிலும் - சூரியன், சூரியன் அழைத்துவரும் காலை, முற்பகல், சூரியனற்ற பிற்பகல், மெல்ல மெல்ல பகல் நீர்த்து இரவு மாயப் போர்வையாக தடித்து அனைத்தையும் மூடும் வரை - தினம் தினம் பார்க்கிற காட்சிதானே என்கிற அலுப்பின்றி அவற்றில் லயித்திருப்பார். இடைப்பட்ட நேரங்களில் இறந்த அவருடைய மனைவியின் ஞாபகங்களோடு சாப்பிட இலை தைப்பதுபோல அவசரகதியில் சம்பவங்களைக் கோர்ப்பார்.

மூத்த எழுத்தாளர், எழுபது வயது, சரியாகச் சொல்ல வேண்டுமெனில் எழுபது வயது நான்கு மாதங்கள். போன மாதத்தில் அவருடைய பிறந்தநாள், திரைப்பட இயக்குனர் ஒருவர் தலைமையில் விமரிசையாகக் கொண்டாடப்பட்டது. விழாவின்போது எழுத்தாளர் ஒருவருக்கு விருதும் கொடுத்தார்கள். விருதின் மதிப்பு பணத்தில் இருக்கிறது என்கிற தமிழிலக்கிய அறத்தின்படி பத்து இலட்ச ரூபாயை விருதோடு சேர்த்துக்கொடுத்தார்கள். பொதுவில் இன்றைய எழுத்தாளர்கள் குறித்து பெரிய அபிப்ராயங்கள் எதுவும் அவருக்கில்லை, வாசிப்பதுமில்லை. அதுவும் தவிர தனக்காக ஒரு பெருந்தொகையைப் பரிசாகக் கொடுக்கும் அந்நபர் உண்மையில் இலக்கிய அபிமானியா அல்லது பத்து இலட்ச ரூபாயைப் பரிசாகப் பெற அந்நூலுக்குத் தகுதியுண்டா என்பதுபோன்ற தேவையற்ற ஐயங்களுக்கு இடம்கொடுப்பதுமில்லை. இவரைக் கொண்டாடும் அன்பர்களின் பங்களிப்பில் நடப்பதால் எல்லாம் சரியாகத்தான் இருக்குமென்று நம்பிக்கை. ஒருமுறை இவருடைய மகள் தன்பிள்ளையைக் கல்லூரியில் சேர்க்கப் பணம் தேவைப்படுகிறதெனக் கூறி, அத்தொகையில் பாதியையாவது நம்மிடம் அவர்கள் கொடுக்கக்கூடாதா எனக்கேட்டு உபத்திரவம் கொடுக்க, அன்பர்கள் உண்மையைப் போட்டு உடைத்தார்கள். அந்த உண்மையை மேலும் உடைத்தால் சில்லுகளாகிவிடும்

என்பதால் இவரும் இவருடைய 'அவளும்' மகளுக்குச் சமாதானம் கூறி அனுப்பி வைத்தார்கள். கட்சி அரசியல் மட்டுமல்ல; இலக்கிய அரசியலும் நமக்கு வேண்டாமென்று ஒதுங்கி இருப்பவர். நம்மீது மரியாதை வைத்து ஏதோ நடக்கிறது, அதுதான் முக்கியம், என்கிற திருப்தியொன்று போதும்.

புதுச்சேரிக்கே உரிய சித்திரை மாதத்து வெயில். வீதியின் மறுபக்கம் சற்று சோர்வுடன் நிற்கும் மரங்கள், தொலைதூரத்தில் சமுத்திரம்போல வெளிறிய அடிவானம், புதிரான இராட்சத விலங்குகள்போல உறக்கத்தில் மேகங்கள், மொட்டைமாடிகள், ஆகாயத்தில் சோர்வின்றி வட்டமிடும் ஒரு கழுகு என மேய்ந்த அவருடைய பார்வை வீதியில் வீட்டெதிரில் நிற்கும் வேப்ப மரத்தின் மீது பதிந்து அசையாமல் நின்றது. திடீரென்று மஸ்லின் ஆடையில் மென்காற்று, நடனக்காரிபோல சுழன்று சுழன்று அலை அலையாக அதன் கிளைகளில் இளைப்பாறுவதுபோல அமர்ந்து பின்னர் எழுந்தோடியது. வேம்பின் மெல்லிய கொம்புகள் மெய்சிலிர்த்து, நடனமாடும் காற்றுப்பெண்மீது பூ மாரிப் பொழிவதுபோல பூக்களை உதிர்க்கின்றன. அவருடைய 'அவள்' இருந்தால் படியிறங்கி வீதியின் மறுபக்கம் சென்று காத்திருந்து, உதிரும் பூக்களை மடியில்வாங்கி வீட்டிற்குள் நுழைந்த மறுகணம் அடுப்பில் வாணலை வைத்து உளுந்தம் பருப்பை வறுத்து, அதனுடன் தேங்காய்த் துருவலையும், வேப்பம் பூவையும் சேர்த்து, வதக்கி ஆற வைத்து. சூடு ஆறியதும் மிக்ஸியில் புளி, உப்பு, பெருங்காயத்தூள் சேர்த்து, வேப்பம் பூத் துவையல் தயாரித்தாளென்றால் அன்று இவருக்கு ஒரு பிடி தயிர்சாதம் வழக்கத்தைக் காட்டிலும் கூடுதலாக இறங்கும்.

அவளைப் பற்றிய பிரமிப்பு இன்று நேற்றல்ல மணமுடித்திருந்த ஒருசில நாட்களிலேயே ஆரம்பித்து, இதோ இன்று இறந்தபின்னரும் நீடிக்கிறது. சம்பிரதாயப்படி மறுவீடு விருந்துக்கென அவள் வீட்டிற்குச் செல்லவேண்டியிருந்தது. புதுமணத் தம்பதிகளுக்கென்று மாடியில் ஓர் அறையை ஒதுக்கி இருந்தார்கள். சாப்பிட மட்டும் கீழே இறங்கவேண்டும். புதுமாப்பிளைக்குரிய விருந்தென்ற வகையில் தடபுடலாகப்

படைக்கப்பட்டபோதும் இவருக்குப் பிடித்த அயிட்டங்கள் இல்லை, 'புதுப் பொண்டாட்டியிடம்' விரும்பியதைச் சொல்லவும் கேட்கவும் இவருக்குத் தயக்கம், இந்த லட்சணத்தில் அப்போதெல்லாம் கொஞ்சம் கூச்சப் பேர்வழியுங்கூட. திருப்தியின்றியே கையைக் கழுவார். மூன்றாம் நாள் அந்த அதிசயம் நடந்தது. இலைபோட்டிருந்தது, வழக்கம்போல இலையில் உப்பு, பருப்பு, அப்பளம், உளுந்து வடை. ஆனால், கடந்த இரண்டுநாட்களாக காணாத பருப்புப் பொடி, சேப்பங்கிழங்கு வறுவல், வாழைப்பூக் கூட்டு, பிரண்டைத் துவையல், முளைக்கீரை சாம்பார், எலுமிச்சை ரசம், அவல் பாயசமென எல்லாமே இவர் விரும்பிச் சாப்பிடக்கூடியவை. போதாதற்கு அன்று என்னவோ, இவருடைய மாமியாருக்குப் பதிலாக 'அவள்' பரிமாறினாள். கூடுதலாக அவள் குனிந்து பரிமாறும் போதெல்லாம் பொன் வளைகளும், கால் கொலுசும் இணைந்து எழுப்பிய ஓசைக்கு, ஒற்றைச் சடை தரையில் கால்பதித்து ஆடியது. உபசார மயக்கத்தில் கூடுதலாகச் சாப்பிட்டார். கைகழுவச் சென்றபோது, கொலுசாக நடந்துவந்து செம்பு நீரை கண்கள் காதலுடன் கொடுக்க, கைகளைத் துடைப்பதற்கு துவாலையை நீட்டின, வளைகள். அப்போதும் அந்த ஒற்றைச் சடை ஒய்யாரமாய் குறுக்கிட்டது. அக்காட்சிகளெல்லாம், அவர் மனச் சுவரில் தீட்டப்பட்ட நிரந்தர ஓவியங்கள், அவற்றை அத்தனை எளிதாக மறக்க முடியுமா என்ன?

அன்றைய தினம் அவர் மனதிற்குள் எழுந்த கேள்வி இத்தனை சீக்கிரம் எப்படி 'அவள்' தன் 'சுவையை' அறிய முடிந்தது. அதற்கான சூத்திரம், தந்திரம், உள்ளுணர்வு என்று பிரத்தியேகமாக அதிலும் குறிப்பாக பெண்களுக்கு இயற்கை கொடுத்திருக்குமா? என்பதாகும். அக்கேள்வியைத் தனக்குள் பலமுறை கேட்டிருக்கிறார். பிறகு இவரைப் போலவே தாம்பத்திய வாழ்க்கையின் பரிமாணங்களை: குழந்தைக்குத் தாய், பேரப் பிள்ளைகளுக்குப் பாட்டியென ஒவ்வொன்றாக எட்டிப்பிடித்து உருமாற்றம் பெற்று பின்னர் திடீரென ஒரு நாள் 'இங்கேயே இருங்கள் இதோ வந்துடறேன்' எனப்

போனவள்போல போய்ச் சேர்ந்துவிட்டாள். இறுதி மூச்சுவரை கைப்பிடிக் கொண்டை, நரைத்த தலை மயிர், புருவங்களுக்குக் கீழ் எப்போதாவது சிமிட்டலுடன் இருப்பை வெளிப்படுத்தும் கண்கள், ஒட்டிய கன்னங்கள், வாயை உதடுகளில் மறைத்து, முகத்தை முகவாய்ப் பிரிமணையில் நிறுத்தி ஓய்வின்றி வீட்டில் வளையவந்தவள் திடீரென திருவிழாவில் தொலைந்தது போலத் தொலைந்துவிட்டாள். வீட்டில் திரும்புகிற இடத்திலெல்லாம் அவளை மட்டுமே கண்டதாலோ என்னவோ, இன்று அவள் நடமாட்டமற்ற வீடு வெறிச்சோடிக் கிடக்கிறது.

அவள் உயிருடன் நடமாடியபோது, மணக்க மணக்க, கைவிரல் பதத்துடன், சரியாக ஆறு மணிக்கு ஒரு காப்பி கிடைக்கும். இந்த மூன்றில் எந்த ஒன்றில் தவறு நேர்ந்தாலும், இவரால் சகித்துக்கொள்ள முடியாது. முகத்தில் விசிறி அடிப்பார். 'அவள்' இடமிருந்து எவ்வித பதிலும் வராது, அண்மைக் காலம்வரை சிறு சிறு முணுமுணுப்பைக்கூட கேட்டதில்லை. இடுப்பில் செருகிய முந்தானையை எடுத்து முகத்தை அபிஷேகம் செய்தபின், மூக்கின் நுனியில் சொட்டிக்கொண்டிருக்கும் திரவத்தை அழுந்தத் துடைத்துக்கொண்டே, முதன் முதல் பெண்பார்க்க அவள் வீட்டிற்குச் சென்றபோது எப்படி நடந்தாளோ அப்படி கால்களைப் பாந்தமாக எடுத்துவைத்து சுவரில் மோதி, கீழே தரையில் புரண்டபடி அசையும் தம்ளரைக் குனிந்து கையில் எடுந்துக்கொண்டு அடுப்படிக்குச் சென்றால் அடுத்த ஐந்தாவது நிமிடத்தில் இன்னொரு கப் காப்பி ஈசிச்சேர் அருகே வந்து உட்காரும்.

இன்றைய தமிழின் மூத்த படைப்பாளி என்கிற பெயர் வாங்கியிருக்கிறார். ஒருவித மரியாதை நிமித்தம் அவரைப் பலரும் பார்க்க வருகிறார்கள் என்பதை நன்றாக அறிந்தும் இருக்கிறார், இருந்தும் ஒருநாள் மனைவியிடம் விளையாட்டாக,:

'எனக்கென்னவோ என்னைப் பார்க்கும் சாக்கில் உன்னுடைய காப்பியைக் குடிக்கத்தான் நம் வீட்டுக்கு வராங்களோன்னு நினைக்கிறேன், எனக்குக் கொடுப்பதுபோல அவர்களுக்குக் காப்பி போட்டுத் தராதே! என்ன நடக்குதுன்னு பார்க்கலாம்.'

எனச் சிரித்துக்கொண்டே தெரிவித்ததுண்டு. உதடுகளைப் பிரிக்காமல், பக்கவாட்டில் அவை சற்று இழுபட முகம் மொத்தமும் தசை நார்கள் உதவியுடன் வெளிப்படுத்துகிற மகிழ்ச்சியொன்றே அவள் அதற்குத் தரும் பதில்.

அவள் இல்லையென்றான பிறகு, கடந்த சில கிழமைகளாக உள்ளூர் இலக்கிய அன்பர் ஒருவர் ஏற்பாடு செய்த வேலைக்கார அம்மாள் வரும் நேரத்தைப் பொறுத்து (ஒன்பது மணிக்கு வரவேண்டும்) காப்பி என்ற பெயரில் ஒரு பானம் கிடைக்கும். வாயருகே கொண்டு செல்ல மூக்கைக் கடிப்பதுபோல வரும் துர்நாற்றத்துடனான அந்த பானத்தை ஒரு மிடறு குடித்துவிட்டு, தரையில் வைத்துவிடுவார். அப்பெண்மணியும் 'நீ குடித்தாலென்ன குடிக்காவிட்டால் எனக்கென்ன, காலையில் காப்பி போடணும், பாத்திர பண்டத்தைத் துலக்கணும், வீட்டைப் பெருக்கணும், அழுக்குத் துணியிருந்தா துவைக்கணும், வாங்கிவைத்த காய்கறிகளில் என்ன மிச்சமிருக்கிறதோ அதைக்கொண்டு சமைக்கணும். பன்னிரண்டு மணிக்கெல்லாம் நான் வீடு திரும்பணும்' என்றிருப்பவள்.

நினைவுகளில் மூழ்கினார். அவள் இறந்த நாளிலிருந்து இப்படித்தான் பழைய ஞாபகங்களில் புதைந்துபோகிறார். அதை ஒரு தவம்போல ஐம்புலன்களையும் ஒடுக்கிச் செய்வார். சராசரியாக இரண்டுநிமிடங்களில் ஆரம்பித்து, 'அய்யா இருக்கீங்களா?' எனக் கேட்டு, இலக்கிய அன்பர்கள் மேனகைகளாகக் குறுக்கிடாதிருப்பின் தவம் கலைய இரண்டுமணி நேரம் கூட ஆகலாம். காற்று மெல்ல முன் கதவைக் கடந்து ஆடையின்றிருந்த மார்பையும் முகத்தையும் தொட்டு விலகிக்கொண்டது. காற்றின்மேல் கோபப்பட்டவர்போல உச்சுக்கொட்டினார். வீதியில் உறுமிக்கொண்டுபோன இரு சக்கர வாகனம் மீண்டும் நனவுலகத்திற்கு அழைத்து வர, கண்கள் வெயிலில் பதிந்தன. வீதியின் மறுபக்கம் தழைத்திருந்த வேப்பமரமும் அதில் உட்கார்ந்திருந்த இரண்டு காகங்களும், நாக்கைத் தொங்கப்போட்டு ஓடிக்கொண்டிருந்த நாயும், குழந்தையைத் தோளில் போட்டுக்கொண்டு மஞ்சள்புடைவை,

ஆரஞ்சு நிற சீட்டி இரவிக்கையென இடதுகாலை அழுந்த ஊன்றி விந்தி விந்தி நடந்துபோன பெண்மணியும் வெள்ளிச் சரிகைபோல வேய்ந்திருந்த வெயிலில் பளபளத்தனர், முன்வாசலில் குவிந்த வெயில் பெரிய டிராகன்போல நாவை நீட்டி இவரை நக்க ஆரம்பித்தது. வெகு தூரத்தில், ஒலிபெருக்கியில் 'பழம் நீ அப்பா!' என்ற பாடல். அவள் விரும்பிக் கேட்கிற பாடல். திருமணமான புதிதில் எனக்குப் பிடித்த பாடல் எது தெரியுமா எனக்கேட்டு, 'மன்மத லீலையை வென்றாருண்டோ?' என அவள் காதில் மெல்ல முணுமுணுத்ததும், அவள் நாணத்துடன் சமையற்கட்டுக்குள் ஓடி மறைந்ததும் நினைவுக்கு வந்தன.

அறுபதுகளில் தாய் மாமன் மகள் என்ற உரிமையில், சுற்றத்தார் ஊர் பெரியவர்கள் ஆசீர்வாதத்துடன் இவருடைய மூன்று முடிச்சை தலைகுனிந்து ஏற்று, இவர் தொடக்கப்பள்ளி ஆசிரியராக அங்கே இங்கேயென கிராமம் கிராமமாகப் பந்தாடப் பட்டபோதும், இராமனிருக்குமிடம் அயோத்தியென ஊர் ஊராக இவரைப் பின்தொடர்ந்து வந்தவள். பிறகொரு நாள், 'என்னுடைய கதை பத்திரிகையில் வந்திருக்குது பார்!' என அவளுடைய கைமுழம் அளவு நீளமாக இருந்த பத்திரிகையின் பக்கங்களைப் புரட்டிக் காட்டியபோது, அவளுடைய புருவங்கள் உயர்ந்து, முன்வகிடில் வைத்திருந்த குங்குமம் உதிர நெற்றியில் சுருக்கங்கள் மண்புழுக்களாக நெளிய, ஆட்காட்டிவிரலையும் நடுவிரலையும் சேர்த்தாற்போல பிடித்து முகத்தில் ஆடிய கேசத்தை காது மடல்களில் ஒதுக்கியது கண்கொள்ளாக் காட்சி. அக்காட்சியை ஏதோவொரு சிறுகதையொன்றில் சேர்த்த ஞாபகம்.

இத்தனை நேரமாக உள்ளூர் அன்பர்கள் இரண்டொருவர் வந்து பார்த்திருக்கவேண்டும். மணி ஒன்பது இருக்கலாம் ஒருவரும் எட்டிப்பார்க்கவில்லை. வேலைக்காரியும் வந்தபாடில்லை. உடம்பு கணகணவென்றிருந்தது, யாராவது வந்தால் ஒரு மாத்திரை வாங்கிவரச் சொல்லலாம். காலையிலிருந்து காப்பி குடிக்காதது என்னவோ போலிருந்தது. அவள் இல்லாத தனிமை

முட்கம்பிபோல அவரைச் சுற்றிக்கொண்டு வதைக்கிறது. 'இரக்கமற்ற பாவி!' என வாய்விட்டுக் கத்தினார். வீதியில் போன இரு சிறுவர்கள் அச்சத்துடன் இவரைத் திரும்பிப் பார்த்துவிட்டு கால்களை எட்டிவைத்து நடக்கிறார்கள்.

அவள், இவர் எங்கெல்லாம் இருக்கிறாரோ, அங்கெல்லாம் இருந்திருக்கிறாள். காப்பி கொடுக்கிறவளாக; உணவு வேளைகளில் மதிய உணவை முடித்துவிட்டு சிறிது நித்திரைகொள்ளலாம் எனப்போகிறபோது இவருக்கு முன்பு படுக்கையைச் சரி செய்துகொண்டிருப்பவளாக; உள்ளூர் மனிதர்கள், வெளியூர் மனிதர்களென இவரைச் சந்திக்க இலக்கிய அபிமானிகள் வருகிறபோது, ஆட்களைப்பொறுத்து அடுக்களையிலிருந்தோ, கூடத்திற்குவந்தோ 'வாங்க!' என வரவேற்றுவிட்டு காப்பிபோட, மோர் எடுத்துவர அல்லது தண்ணீர் கொண்டுவர என்று முகங்களின் தேவை அறிந்து உபசரிப்பாள். மாத்திரையைப் போட்டுக்கிட்டீங்களா? எனக் கேட்பாள். இவர் பேசும்போது முதிர்வயது சிலவற்றை நினைவுகூரத் தயங்கும், அவற்றையும் அந்த அம்மாள் நினைவூட்டுவாள். இலக்கிய விழாக்களில் முன்வரிசையில் அமர்ந்து சந்தோஷப்பட்டிருக்கிறாள். அவளுடைய பக்குவத்தில் வெந்தயக் குழம்பு, உருளைக்கிழங்கு வறுவல், இறால் குழம்பு, நெத்திலி வறுவல், மிளகு இரசம், என ருசிகண்ட நாக்கு, இன்று வேலைக்காரி செய்தாலும், இலக்கிய அன்பர்கள் பரிதாபப்பட்டு வீடு தேடி எதையாவது கொண்டுவந்தாலும் சாப்பிடவேண்டும் என்று தோன்றினால் மட்டும் சாப்பிடுவார்.

வாசிப்பும் எழுத்தும் தமது வாழ்க்கைத் துணை மீதான பார்வையை மாற்றியதென்கிற நம்பிக்கை அவருக்கு ஏராளமாக இருந்தது. பொதுவில் சொல்வதுபோல, காதிலும் வாங்கியதுபோல தன்னுடைய அவளை எல்லாமுமாக பார்த்தது போதாதென்று விடலைப் பருவத்தில், வாலிப வயதில், இவர் பார்வையை, இவர் வார்த்தைகளைத் தங்கள் கண்களால், சொற்களால், உடல்மொழிகளால் நேர்செய்த பெண்களையும்கூட அவளிடம்தான் கண்டார். பின்னர்

அவள் தன் வாழ்க்கைப்படகைச் சுமந்துசெல்லும் ஜீவநதியாக மாறியபோது, 'எதற்காக அவள் தன் நிழலாக வாழ்ந்தாள், அந்த சூட்சமத்தை அறிய எப்படித் தவறினேன்?' என்ற கவலை அவள் இருத்தலற்ற வெறுமைகளினால் முதலையாக உருமாற்றம்பெற்று இன்று அவரை விழுங்கிக்கொண்டிருக்கிறது.

முப்பது வருடத்திற்கு முன்பு, ஒருமுறை ஊரில் திருவிழாவென கிராமத்திற்கு அவளை அழைத்துப்போக மாமனார் வந்திருந்தார். 'நீ மட்டும் போ! தேர்த் திருவிழா அன்று நான் வந்து சேர்ந்துகொள்கிறேன்' என்றார். அவரால் வாசிக்காமல், எழுதாமல் இருக்கமுடியாது என்பது மட்டுமல்ல, மாமனார் குடும்பத்தைத் தவிர வேற்று மனிதர்களை அந்த ஊரில் அவருக்குத் தெரியவும் தெரியாது, ஒரு நாள் இருநாளல்ல திருவிழா முடிய எட்டு நாட்கள் ஆகும், எனவே தன்னால் ஊருக்கு வரமுடியாது எனத் தெரிவித்து மனைவியைச் சமாதானப்படுத்தி அனுப்பிவைத்தார். இவருக்கு ஓரளவு சமையல் தெரியும். பருப்பு சாம்பார், உருளைக் கிழங்கு வறுவலென்று வாலிப வயதில் சுமாராகச் சமைத்துப் பசியைத் தீர்த்துக்கொண்ட அனுபவமுண்டு, எனவே சமாளித்துவிடலாமென நினைத்தார். பழகிய வெங்காய சாம்பார், எனக்கும் உனக்கும் ஒத்துவராதென அடம்பிடிக்க, மோர் சாதம் நாரத்தை ஊறுகாய்க்கு முயன்று, கையை உதறிவிட்டு பட்டினி கிடந்தார். நான்காம் நாள் பருப்புப் பொடி, கருவேப்பிலைப் பொடி என முயன்றும் அரைகுறையாகத்தான் சாப்பிட்டு எழுந்திருக்கவேண்டியிருந்தது. எட்டாம் நாள் மனைவியின் ஊருக்குள் நுழைந்த மறுகணம், இவர் உடம்பை எடைபோட்டுவிட்டாள். அன்றிலிருந்து இறக்கும்வரை இவரைவிட்டு இரண்டு மூன்று நாட்களுக்குமேல் அவள் வெளியில் தங்கியதில்லை. இவர் சாப்பிடுவதற்கு எப்போது உட்கார்ந்தாலும், அது விருந்தினர் வீடாக இருந்தாலுங்கூட எதிரில் உட்கார்ந்தாளெனில் இவர் உண்டுமுடிக்கும் வரை அந்த இடத்தைவிட்டு அசைவதில்லை.

ஒரே மகளுக்குத் தலைப் பிரசவம். சம்பந்தி வீட்டாருக்கு, கடலூரும் விழுப்புரமும் பக்கம் என்கிறபோதும், அவ்வளவு தூரம் தன்னால் வரமுடியாது என்பதோடு, அங்கு தங்கவும் இயலாது எனக்கூறி, மகளை புதுச்சேரி மருத்துவமனை ஒன்றில் சேர்க்கச் சொல்லி சம்பந்தி வீட்டாரை வற்புறுத்தி அதில் வெற்றியும் பெற்றாள், 'ஏன் இப்படியெல்லாம் பண்ற, இதற்கு என்ன அர்த்தம்?' என்று இவர் கேட்க, 'நீங்கதான் நிறைய எழுதவராச்சே, நான் ஏன் இப்படி நடந்துக்கிறேன்னு யோசிச்சுப்பாருங்க!' என்பது அவளுடைய பதில். இது ஆறுமாதத்திற்கு முன்பு நடந்தது. திடீரென முதுகுவலியால் அந்த மனைவி அவதிப்பட, உள்ளூர் இலக்கிய அபிமானிகள் துணையுடன் தனியார் மருத்துவமனை ஒன்றில் சேர்த்தார். வலி குறைந்த மறுநாளே வீடு திரும்பவேண்டுமென அடம்பிடித்தாள். தாயைப் பார்க்கவந்த மகளும், 'அப்பாவை நான் பார்த்துக்கொள்கிறேன், நீ டாக்டர்கள் சொல்வதுபோல, இரண்டு நாட்கள் பெட்டில் இருந்துட்டு வா, அவசரமில்லை!' எனச் சொல்லிப்பார்த்தாள். பிடிவாதமாக, 'உங்கப்பாவை பத்தி உனக்கென்ன தெரியும்?' எனக்கேட்டதோடு, அன்றே வீடு திரும்பி, இவருக்குப் பிடித்த வெந்தயக் குழம்பையும், தேங்காய்த் துவையலையும், இரவு உணவில் சேர்த்திருந்தாள்.

இதுபோல பல சம்பவங்களால் இவர் புரிந்துகொண்டது, தன்னைவிட்டு ஒரு நொடி கூட தன் மனைவிக்குப் பிரிந்திருக்க இயலாது என்கிற உண்மை. ஆனால் அவள்தான் இன்று தன்னைத் தனிமையில் வாடவிட்டு, ஒரேஅடியாகப் பிரிந்துபோய்விட்டாள். நினைக்க ஆத்திரமும் குமுறலும் முட்டிக்கொண்டு நெஞ்சில் புரள முதுகில் கிடந்த துண்டை வாயிற்பொத்திக்கொண்டு, யாரும் அருகிலில்லை என்கிற துணிச்சலில்:

'என்னைத் தனியா விட்டுட்டு எங்கும் போகமாட்டேன்னு இருந்த உனக்கு, என்ன வந்தது, இப்படியொரு வனாந்திரத்தில நிறுத்திட்டு போய்ட்டிய நியாயமா?' என விம்மினார்.

'ஐயா! ஐயா!' என்றொரு குரல். நினைவிலிருந்து மீண்டு வாசலைப் பார்த்தார். இந்தமுறை இரண்டு இளைஞர்கள்.

'நீங்க...?'

'நாங்க மயிலம் பக்கத்திலிருந்து வரோம் ஐயா! உங்களைப் பார்க்கலாம்னு வந்தோம், சொல்லாம கொள்ளாம திடீர்னு வந்துட்டோம். என்னுடைய சிறுகதைத் தொகுப்பு ஒண்ணு வந்திருக்குது, அதைக் கொடுத்துட்டு, உங்ககிட்ட ஆசீர்வாதம் வாங்கணும். அப்புறம் எனக்கும் பூர்வீகம் பண்ருட்டிதான். வீட்டுல கன்னடம்தான் பேசுவோம்.'

அவருக்கு வந்த பிள்ளையாண்டானின் உறவு மொழி புரியாமலில்லை. நாற்பது வருடங்களுக்குமேல் எழுதுகிறார். அவரைக் கொண்டாட ஏதேதோ காரணங்கள். அவற்றில் இதுவுமொன்று.

'கோபிச்சுக்கக் கூடாது, வீட்டுல நான் மட்டும் தனியா இருக்கேன். தண்ணிகொடுக்கக் கூட வேறு ஒருத்தரும் எங்கூட தற்போது இல்லை.'

'பிரச்சனை இல்லைங்க ஐயா, இந்தப் புத்தகத்தைக் கொடுத்துட்டு கிளம்பிடறோம்.'

இவர் எழுந்திருக்க முயற்சிக்க... 'வேண்டாங்க ஐயா நீங்க உட்கார்ந்திருங்க, எழுந்திருக்கவேண்டாம்' என்ற இளைஞர், தன்னுடைய நூலைக் கொடுத்த கையோடு கொண்டுவந்திருந்த சால்வையையும், இவருடைய முதுகில் போட்டு மறுபக்கம் வாங்கி, இரு முனைகளையும் சேர்த்துப் பிடிக்க, உடன் வந்திருந்த இளைஞர் தன்னுடைய கைத் தொலைபேசியில் படம் எடுத்துக்கொண்டார்.

'நான் படித்துப்பார்க்கிறேன்' என்று கூறி சாய்வு நாற்காலி அருகே இருந்த ஸ்டூலில் இளைஞர் கொடுத்த நூலை வைத்தார். இளைஞர்கள் இருவரும் விடைபெற்றுச் சென்றார்கள்.

அவர்கள் போர்த்திய சால்வை முதுகில் உறுத்தியது. அதை மெல்ல அகற்றி, நான்காக மடித்து ஸ்டூலில் நூலருகே வைத்தார்.

ஒரு முறை இப்படித்தான் யாரோ சால்வையைப் போர்த்தி படம் எடுக்க மறுநாள், சால்வையைப் போர்த்தும்போது மெல்லப் போர்த்துவதில்லை, போட்டு இறுக்குகிறார்கள், இனி சால்வையைக் கையில் வாங்கிக்கொள்ளுங்கள், என அன்பாய்க் கடிந்திருக்கிறாள்.

இன்று நேற்றல்ல, ஐம்பது ஆண்டுகால மணவாழ்க்கை. அவருடைய 'அவள்' தன்னுடையவர் சராசரி எழுத்தாளரல்ல என்பதை நன்கு புரிந்து வைத்திருந்தாள். சாமர்த்தியமாகக் காய் நகர்த்தத் தெரிந்தவர். எங்கோ ஊர் பேர் தெரியாத கிராமத்தில் பிறந்து இன்று நாடறிந்த படைப்பாளி எனப் பெயரெடுத்திருப்பது எழுத்தால் மட்டுமே சாதிக்கின்ற விஷயமல்ல. அவரைத் தேடிக்கொண்டு தெற்கே கன்னியாகுமரியிலிருந்து வடக்கே சென்னை வரை; தமிழ் வாழ்கன்னு கோஷம் போடற ஆசாமியிலிருந்து, தமிழ்நாட்டில் நாளைய முதலமைச்சர் ஆகணுங்கிற கனவுல வாழற நடிகர்கள் வரை தேடி வரத்தான் செய்தார்கள். இருந்தாலும் சிறிது நம்மைக் குறித்தும் யோசிக்க வேண்டுமில்லையா? என்ற ஆதங்கத்தில் ஒருமுறை அவள் கேட்டது நினைவுக்கு வந்தது.

'ஈஸிசேரைச் கொஞ்சம் தள்ளிப்போட்டு உட்காரக்கூடாதா, சத்த நேரத்துல வெயில் வீட்டுக்குள்ள நொழைஞ்சு உங்களை வழக்கம்போல தீச்சுடணும்னு, கங்கணம், கட்டிக்கொண்டிருக்கிறது, முன்னெல்லாம் பத்திரிகையிலேயே கறுப்பு வெள்ளையிலே படம் போடுவாங்க, தவிர எப்பனாச்சும் ஒருமுறைதான உங்க படம் பேப்பர்ல வரும். இப்ப தினம் தினம் ஒங்க படத்தைப் போடறாங்க, அதுவும் கலர்ல போடறாங்க. அதுல கொஞ்சம் பளிச்சுனு நீங்க இருக்கவேண்டாமா?'

'போடி பைத்தியக்காரி அவங்க என் கூட படம் எடுத்துக்கிறது என்னைக் காட்ட அல்ல அவர்களுக்கு முகவரி எழுதிக்க. நாற்பது வருஷமா எழுதறேன், எனக்கு இது தெரியாதா ? நான் மருத்துவமனை பெட்டுல படுத்திருந்தாகூடா பக்கத்துல நின்னு படம் எடுத்துக்க ஆசைப்படறான், நான் பிணமா விழுந்தாக் கூட என் பக்கத்துல நின்னு படம் எடுத்துப்பாங்க. நடிகர்களை

விடு, இந்த நாட்டின் ஜனாதிபதிக்கோ, பிரதமருக்கோ கூட இப்படியொரு அதிர்ஷ்டமில்லை. எடுத்துட்டுப் போகட்டும், யார் யாரோ எங்கூட படம் எடுத்துக்கிட்டாலும் நான் ஒருத்தன்தான் எல்லோருடனும் இருக்கேன். ஆக உண்மையில் பளிச்சுனு இருக்கிறது இதுல யாரு? அவங்க இல்லை, நாந்தான்.'

அவரை ஜெயிக்கிறது சுலபமில்லைன்னு அவருடைய 'அவளு'க்குத் தெரியாதா என்ன. இருந்தும் கேட்பாள். கேள்வியைக்கூட அவரைத் தவிர பிறருக்குக் கேட்டுவிடக்கூடாது என்பதுபோல, பல்லி சத்தம்போடுது போல மெதுவாகக் கேட்டிருக்கிறாள். அவரிடம் கேட்டு அவர் சொல்லும் பதில்களில் வார்த்தைகள் குலுங்குவதையும் அவை எழுப்பும் நவரசத்தையும் அவற்றின் அர்த்தத்தையும் கேட்டு சந்தோஷப்படவே அடிக்கடி இப்படி ஏதாவது கேள்விகளை எழுப்புகிறேன் என ஒருமுறை கூறியிருக்கிறாள்.

'மனிதர் வாழ்வில் ஆணு பெண்ணுமாக இரு உடல்கள் இரு உள்ளங்கள் உயிர் வாழ்க்கையின் பெரும் பகுதியை இன்பம் துன்பம் இரண்டிலும் கைகோத்து, வலிகளைப் பகிர்ந்து, சுகங்களைத் தியாகம் செய்து, உனக்காக நான் என்பதை ஒவ்வொன்றிலும் உறுதிசெய்து, ஒருநாள் இருந்ததும், நடந்ததும், சுவைத்ததும் சுகித்ததும் பொய்யாய் பழங்கதையாய் முடிகிறபோது, ஏன் இந்த மனித வாழ்க்கை எனக் கேள்வி எழுகிறது' என்று ஏதோவொரு கட்டுரையில் ஒருமுறை எழுதியிருந்தார். உடல் சோர்ந்து, வாழ்க்கையில் அலுத்து, இதே ஈசிசேரில் சாய்ந்தபடி அன்றும் இப்படித்தான், மதிய உணவை உண்டு முடித்த கையோடு எதிரிலிருக்கும் வேம்பு காற்றில் தலையைச் சிலுப்பும் அழகை ரசித்துக்கொண்டு, பற்குச்சியால் பல்லிடுக்குகளைக் கிளறிக்கொண்டிருந்தார். அருகில் வெற்றிலைச் செல்லத்துடன் இவருடைய ஐம்பது வருட தாம்பத்தியத் துணை. வெற்றிலையை எடுத்து காம்பைக் கிள்ளி எறிந்துவிட்டு அதன் முதுகில் சுண்ணாம்பைத் தடவிக்கொண்டிருந்தாள். மனதிலிருந்த சங்கடத்தை அவளிடம் பகிர்ந்துகொள்ளவேண்டும் போலிருந்தது, வெகு

நாட்களாக அவர் சுமந்துவரும் பாரம், இறக்கிவைப்பதென்று தீர்மானித்தவராக:

'இங்கே பார் இல்லற வாழ்க்கையில் நீயும் நானும் கணவன் மனைவி, அப்பா அம்மா என்ற பதவிகளைக் கடந்து இன்றைக்கு தாத்தா, பாட்டி. சமூக வாழ்க்கை வேறு. என்னை அது தனித்து அடையாளப்படுத்துகிறது, ஒற்றையாக இருப்பதைப்போன்ற உணர்வு, எழுத்துலகில் இன்று நான் முதலமைச்சன், விமர்சனத்திற்கு அப்பாற்பட்டவன். இங்கு வெவ்வேறு விதமான அபிமானிகள் எனக்கென்று இருக்கிறார்கள்' என அவர் கூற, அவள் குறுக்கிட்டு:

'இரண்டு நாளைக்கு முன்ன செங்கல்பட்டிலிருந்து வந்த தம்பி நோபல் பரிசெல்லாம் உங்களுக்குக் கிடைச்சிருக்கணும்னு ரூம் மீட்டிங்கிலே பேசுச்சுன்னு சொன்னீங்க. சாகித்ய அகாடமி விருதெல்லாம் வாங்கிட்டீங்க அடுத்து ஏதோ ஞான பீட விருதாமே, கிடைச்சுடுமில்லையா? உங்களுக்குக் கிடைக்காம வேற யாருக்குக் கிடைக்கும்!'

நரை போட்டிருந்த வயதிலும், இளமைக் காலத்தில் இவரிடம் வைத்திருந்த நம்பிக்கையில் எள்முனை அளவும் குறைவின்றி, பதில் உற்சாகத்தோடு அழுத்தமாக ஒலித்தது.

'அவங்க என்மீது வைத்திருக்கிற அன்பு பேருல ஏதோ சொல்றாங்க. அரசியல்வாதிகள், நடிகர்கள்னு என் வீடு தேடி வருவதே, பிறருக்குக் கிடைக்காத விருதுதான். பார்ப்போம்' என்றவர் தொடர்ந்து:

'ஆனால் நான் சொல்ல வந்தது அதில்லை. வாசிப்பு, எழுத்துன்னு இருந்துட்டேன், உன்னைச் சரியா நடத்தினேனா என்கிற குற்ற உணர்வு எங்கிட்ட இருக்கு. விசுவாசமிக்க அபிமானியா, என்னோட பயணப்படற, என்னுடையவளா எல்லா நிகழ்ச்சியிலும் கலந்துகொள்ற, கைதட்டற. எனக்காகச் சமைப்பது, எனக்காக உடுத்துவது, எனக்கு வேண்டியவர்களை உபசரிப்பது, வேண்டாதவர்களை நிராகரிப்பதென்கிற உனக்கு, எப்போதாவது உன் ஞாபகம் வந்திருக்கிறதா, உனக்காக

வாழ்ந்திருக்கிறாயா? அதைப்பற்றியெல்லாம் யோசித்ததுண்டா?' எனக் கேட்டு அவளைப் பார்த்தார்.

தன் அளவிற்கு புத்திசாலியில்லை. கிராமத்தில் பிறந்தவீட்டில் தொழுவத்தில் மாடு கன்றுகளைப் பராமரித்துக்கொண்டிருந்தவள், தன் எழுத்துக்களையே சரியாகப் புரிந்துகொண்டதில்லை என்கிறபோது, இதற்கு என்ன சொல்லிவிடப்போகிறாள். எப்போதும்போல பதிலின்றி அமைதியாக அடுப்படிக்குத் திரும்பிவிடுவாள் என்றுதான் நினைத்தார்.

'எனக்கு இதற்கெல்லாம் என்ன பதில் சொல்றதுன்னு தெரியலை. உங்க அளவுக்கு நான் படிச்சவ இல்லை. எனக்குச் சொல்ல நிறைய இருக்கு, ஆனா கோர்வையா உங்களைப்போலச் சொல்ல வராது. பொறந்த வீட்டுல இருந்தப்ப அப்பா, அம்மா அண்ணன் என்று இருந்துட்டேன். அங்கேயும் வீட்டைவிட்டு வெளியில் போனதில்லை. தோழிகளிடத்தில் கொஞ்சம் அன்யோன்யமா சில வார்த்தைகள், பேசியிருப்பேன். இங்கே வந்த பின்பு அதையே கொஞ்சம் மாத்திக் கூடுதலாக உங்களிடம், 'சமைச்சுட்டேன், சாப்பிட வரீங்களா', 'தட்டை எடுத்து வைக்கட்டுமா', 'காப்பி கொண்டுவரட்டுமா?' என்பேன், உங்களைத் தேடி வந்தவங்கள 'வாங்க!'ன்னு சொல்லியிருப்பேன், உபசரிச்சிருப்பேன், வேறென்ன! நம்ம வீட்டுக் கதவுகளாவது கூடுதலா சந்தமிட்டிருக்கும், என் குரலின் பலம் என்னனுதான் உங்களுக்குத்தான் தெரியுமே! இரண்டுபேரும் அந்திம காலத்துல இருக்கோம், எல்லாத்துக்கும் நான் உங்களுக்குப் பக்கத்துல இருந்தாகணும், திடீர்னு நான் போயிட்டா நீங்க தனியா என்ன பண்ணுவீங்கங்கிற கவலைதான் எனக்கு. மற்றபடி 'உனக்காக வாழ்ந்திருக்கிறாயா?' என்கிற கேள்விக்கு என்ன பதிலைச் சொல்ல. ஏதாவது சொல்லணும்னுதான் தோணுது. எப்படீன்னுதான் தெரியலை. பெரிய பெரிய விருதெல்லாம் உங்களைத் தேடிவருது. உலகத்தையெல்லாம் புரிஞ்சுகிட்டிருக்கிற மாதிரி எழுதறீங்க, என் மனசுல என்ன இருக்கும், உங்க கேள்விக்கு எங்கிட்ட என்ன பதில் வரும் என்பதை ஒரு நாள் யோசிச்சுப் பாருங்க, தெளிவான பதில் கிடைக்கும் என்றாள்.

இவரும் என்னென்னவோ மாயமந்திரம் செய்து, அவளிடம் பதிலைக் கறக்க முயன்றார். கடைசிவரை சொல்லமாட்டேன்! நீங்கள்தான் என் மனசைப் புரிஞ்சிக்கிட்டு அதற்கேற்ற பதிலைக் கண்டுபிடிக்கணும். ஐம்பது வருஷம் என்னோட வாழ்ந்து இருக்கீங்க, உங்களால முடியும், அதை நீங்கதான் சொல்லணும் என்றவள், சொன்னதுபோல இவரது கேள்விகளுக்கு பதில் தெரிவிக்காமலேயே இறந்துவிட்டாள்.

... மீண்டும் பாலை நிலம். மணற்காற்று ஹோவென்று சுழன்று சுழன்று அடிக்க, முதுமை ஒரு பொருட்டே அல்ல என்பதுபோல அவள் சாயலில் உள்ள அருவம் முன்னால் நடக்கிறது. 'வெகுநாளா நெஞ்சில் ஊமுள்ளா தைத்துக்கொண்டிருக்கிற கேள்விக்கு பதிலைச் சொல்லிட்டு நட சனியனே!' எரிச்சலுடன் வார்த்தைகள் வந்தன.

'என்ன சொன்னீங்க!'

'சொன்னன் சொரக்காய்க்கு உப்பில்லைன்னு! நீ ஓம்பதிலைச் சொல்லு.'

'என்ன சொல்லணும். உங்க கேள்விக்குப் பதில்தானே. என்னென்னவோ எழுதறீங்க. உலகத்துல உள்ள ஜீவராசிகளையெல்லாம் புரிஞ்சுகிட்ட மாதிரி தோணுது. உங்க பக்கத்துல இருபத்துநாலு மணி நேரமும் வாழ்ந்த என்னை நீங்க புரிஞ்சுக்கலை! ஆரம்பம் முதலே உங்களுக்காக வாழ்வதில்தான் எனக்கு எல்லா சொகமும். ஒரு வகையில எனக்காக வாழ்ந்த வாழ்க்கைதான் அது. இன்று நேற்றல்ல நீங்க மறுவீட்டிற்கு சாப்பிட வந்தபோது உங்களுக்கு எதெல்லாம், என்னவெல்லாம் பிடிக்குமென உங்க அம்மாவிடம் கேட்டுக் கேட்டு செஞ்சேனே, பரிமாறினேனே அன்றிலிருந்தே எனக்காகத்தான் நான் வாழ்ந்தேன். அப்படி ஒரு அனுபவத்திற்கு நீங்க உட்படலை, அப்படி உட்பட்டிருந்தால் அதிலுள்ள சந்தோஷம் உங்களுக்கு விளங்கியிருக்கும்...

'இத்தனை வியாக்கியானமா பதில் சொல்ற, என்னைத் தனியா விட்டுட்டு நீ மட்டும் எதற்காக எனக்கு முன்னே சாகணும்.'

'அதற்கும் யோசிச்சா உங்ககிட்ட பதில் கிடைக்கும், பரவாயில்லை நானே சொல்லிடறேன். நான் இறந்ததற்குப் பிறகுதான் என்னைக் கூடுதலாக நினைக்கிறீங்க, இருபத்துநாலு மணி நேரமும் என் நினைப்பில நீங்கள் இருக்கீங்க, உங்க இந்த நெலமையைக் காண உண்மையில் எனக்குச் சந்தோஷம். இந்த மகிழ்ச்சியை நான் வாழ்ந்தப்ப நீங்க எனக்குத் தரலை. பல பெண்கள் கட்டுக்கழுத்தியா அதாவது சுமங்கலியா ஏன் சாகணும் என்பதற்குக் காரணத்தை இப்பத்தான் நல்லா புரிஞ்சுகிட்டேன்.'

★★★

தலையில் ஏதோ எறும்புகள் ஊர்வதுபோல பரபரப்பு. கண்களைத் திறந்து பார்த்தார். வெயில் பாதங்களைத் தின்று கொண்டிருந்தது. மணி காலை ஒன்பது. வேலைக்காரி வருவதாக இல்லை. பால் இருக்கிறது, காப்பிப் பொடியும் இருக்கிறது. அப்படியே அவள் நேரத்திற்கு வந்து காப்பி போட்டாலும் வாயில் வைக்க சகிப்பதில்லை. மெல்ல இருகைகளையும் சாய்வு நாற்காலி கைப்பிடியில் ஊன்றி எழுந்தார். மெல்ல அடுப்படியை நோக்கி நடந்தார்.

அடுப்படிக்கு முன்பாக அந்த அறை இருந்தது. பூட்டி இருந்தது. அவரைத் தனிமையில் நிறுத்திவிட்டு கொரோனாவில் இறந்துபோன 'அவளை' அந்த அறையில்தான் வைத்திருக்கிறார். வேலைக்காரி பெருக்கிச் சுத்தம் செய்ய, பிற பகுதிகளுக்கு அனுமதியுண்டு, அந்த அறைக்கு மட்டும் அனுமதியில்லை. 'சாவியைக் கொடுங்க, பெருக்குறேன்' என ஒரு முறை இருமுறை அல்ல பலமுறை கேட்டு வேலைக்காரிக்கும் அலுத்துவிட்டது. 'அவள்' அந்த வீட்டிலிருந்தால்தான் அவருக்கு எதுவும் ஓடும். அவருடைய உயிர்ச்சிமிழ் அவளிடம்தான் இருக்கிறது, மற்றவர்களுக்கு அது புரியாது. நண்பர்களிடத்தில் மனைவி கோலியனூருக்கு மகள் வீட்டிற்குச் சென்றிருப்பதாகச் சொல்லிக்கொண்டிருக்கிறார். ஒவ்வொரு நாளும் பழைய நினைவுகளில் துண்டு விழுகிறபோது அதை இட்டு நிரப்ப யாருமற்ற நேரங்களில் அவள் வேண்டும். பூட்டில் சாவியை

நுழைத்துத் திருப்ப, ...ம் திறப்பதாக இல்லை. மீண்டும் மீண்டும் முயற்சிக்க, எரிச்சலுடன் காலால் உதைக்கிறார்.

- ஏங்க காப்பி கலந்து வச்சிருக்கேன், என்ன யோசனை?

தலையைத் திருப்ப, எதிரே ‘அவள்’. அவர் மனைவி.

- மணி என்ன?

- ஆறாகப் போகுது. காற்றடிக்குது, அது ஆறி அவலாகறதுக்குள்ள குடிச்சுடுங்க. மறுபடியும் போட வீட்டில் காப்பித் தூள், சர்க்கரை எதுவுமில்லை. காலங்காத்தால அப்படியென்ன யோசனை.

- ஒரு கதை மனசுல ஓடுச்சி, வேறொண்ணுமில்லை.

★★★

நாகரத்தினம் கிருஷ்ணா

பிரான்சில் வசித்துவரும் புதுச்சேரியைச் சேர்ந்த எழுத்தாளர். சமூகவியலில் முதுகலை, பிரெஞ்சு – ஆங்கிலம் மொழிபெயர்ப்பில் டிப்ளமா பெற்றவர். பிரெஞ்சு இலக்கியத்தில் ஆர்வம் கொண்டவர்.

தமிழில் ஏழு நாவல்கள், ஓர் அறிவியல் சிறுகதைத் தொகுப்பு உட்பட ஐந்து சிறுகதைத் தொகுப்புகள், பத்து கட்டுரை நூல்கள், மொழிபெயர்ப்பில் பிரெஞ்சிலிருந்து தமிழில் எட்டு நூல்களும், தமிழிலிருந்து பிரெஞ்சுக்கு அம்பைச் சிறுகதைகளையும், பல தமிழ் எழுத்தாளர்களின் கதைகளையும் பிரெஞ்சு மொழியில் அறிமுகப்படுத்திவருகிறார்.

இவருடைய நாவல்கள் நீலக்கடல், கிருஷ்ணப்பர் நாயக்கர் கௌமுதி இரண்டும் தமிழக அரசின் பரிசினைப் பெற்றுள்ளன. மாத்தாஹரி கு. சின்னப்ப பாரதி அறக்கட்டளை விருதையும் பெற்றுள்ளன. இவருடைய நாவல்கள் மாத்தாஹரி, பிரெஞ்சிலும், இறந்தகாலம் பிரெஞ்சு மற்றும் ஆங்கிலத்திலும், ஒரு சிறுகதைத் தொகுப்பு பிரெஞ்சு மொழியிலும் வந்துள்ளன.

www.ingramcontent.com/pod-product-compliance
Lightning Source LLC
LaVergne TN
LVHW060127051026
849517LV00007B/2425